VĂN HỌC MỚI

TẠP CHÍ VĂN HỌC NGHỆ THUẬT

PHÁT HÀNH MỖI THÁNG / 1 SỐ (1 NĂM 12 SỐ) Năm thứ VIII

Editor-in-Chief: HÀ NGUYÊN DU

Assistant Editor-in-Chief : NT LỆ THU

General Secretary : Lệ Thu & Vương Thư Sinh

Secretary & Manuscript Reader : Bạch Xuân Phẻ

Publishing Technology:

Phạm Hồng Thái & Ngã Phương Huyền

Thư từ, bài vở, ngân phiếu - xin gởi về:

(Văn Học Mới - New Literature Magazine)

Tòa Soạn

(Newsroom)

To: HA NGUYEN

10291 Arundel Ave.

Westminster, CA 92683 - 5821

vanhocmoi4@gmail.com

ntlthu1016@gmail.com

tapchivanhocmoi.tho@gmail.com

https://tapchivanhocmoi.com

https://vanhocmoi.com

ĐẠI DIỆN PHÁT HÀNH

Canada: **Phan Ni Tấn** <phannitan@yahoo.ca>

Canada : **Hoàng Xuân Sơn** <hoangxuanson@hotmail.com>

Minnesota: **Kimchi Hoang** < hkimchi2006@gmail.com>

Georgia: **Đức Phổ**<dducpho@gmail.com>

Massachusetts: **Lâm Chương** <lamchuong495@gmail.com>

Louisiana: **NgT Hồng Hải**<nhattannguyen575@yahoo.com>

Houston: **Nguyễn Minh Triết**<lntt_2000@yahoo.com>

San Jose: **Phạm Hồng Thái**<thaihpham@gmail.com>

Paris:**Trang Thanh Truc<trangthanhtrucparis@yahoo.fr>**

VN: NT Lệ Thu<ntlethu1016@gmail.com>

Germany **Trần Văn Tích**

Số ghi danh Quốc Hội Hoa kỳ: ISSN 2690 - 4276

TRONG SỐ NÀY

NGUYỄN KIẾN THIẾT • TRÚC LAN • NGUYỄN VĂN SÂM • PHAN NI TẤN • DŨNG NGUYÊN • LƯƠNG THIẾU VĂN • LÊ HỮU MINH TOÁN • PHẠM PHÚ PHONG • MỘNG YÊN HÀ • SỬ MẶC • HOÀNG XUÂN SƠN • HUỲNH LIỄU NGẠN • TUỆ TRUNG • ĐỨC PHỔ • VIÊN DUNG • TRỊNH Y THƯ • SAN PHI • VŨ HOÀNG THƯ • SA CHI LỆ • NGÃ PHƯƠNG HUYỀN • NGUYỄN THỊ KHÁNH MINH • NT LỆ THU • MINH NGUYỄN • NGUYỄN ĐÌNH TỪ LAM • QUYÊN DI • QUẢNG XUÂN • TRẦN QUÝ TRUNG • HÀ NGUYÊN DU • NGUYỄN ĐẠI DUẪN • PHẠM MINH HIÊN • TIỂU LỤC THẦN PHONG • NGƯỜI SÔNG HẬU • NGUYỄN NGUYÊN PHƯỢNG • NGUYỄN AN BÌNH • TRĂNG TIỀN PHƯƠNG • BẠCH XUÂN PHẺ • HỒ XOA • NGUYỄN HỒNG LINH • LÂM BĂNG PHƯƠNG • TRẦN HUỲNH • TÔN NỮ MỸ HẠNH • THIỆN NGUYỄN •

mục lục

VĂN HỌC MỚI SỐ 45

LỜI TÒA SOẠN
Văn Học Mới
Số 45
(Tháng 10/2025)

Thưa quý thân hữu và độc giả

Trong cuộc sống hằng ngày, ở bất kỳ đâu trên thế giới, luôn có vô vàn sự kiện lớn nhỏ tạo nên những rung cảm, những nguồn cảm hứng bất tận. Những điều này cần được ghi nhận, chia sẻ, như một cách để kiến tạo nên những giá trị tinh thần đích thực.

Đặc biệt trong tháng Mười này, Ban Biên Tập xin trân trọng gửi lời chúc mừng nồng nhiệt đến ba người em thân quý của gia đình Văn Học Mới. Thật đặc biệt khi cả ba người đều có cùng ngày sinh nhật 16 tháng 10. Đây là một sự trùng hợp đẹp, khiến tháng Mười thêm phần ý nghĩa. Xin chúc ba bạn luôn dồi dào sức khỏe, an lành và hạnh phúc, và cảm ơn ba bạn đã luôn đồng hành, nâng đỡ và góp phần nuôi dưỡng sinh khí cho tạp chí.

Trở lại với số báo này, Văn Học Mới vẫn tiếp tục nhận được rất nhiều sáng tác từ khắp nơi gửi về. Niềm vui của mỗi tác giả khi thấy tác phẩm của mình được in trên báo giống như niềm hân hoan khi chiêm ngưỡng một “cô gái xinh xắn” hay “một tiểu thư đài các” – vừa duyên dáng về hình thức, vừa phong phú về nội dung. Đó chính là động lực để Ban Biên Tập không ngừng gìn giữ và làm mới tờ báo.

Kính thưa quý thân hữu và bạn đọc.

Để khép lại Lời Tòa soạn kỳ này, chúng tôi xin mượn câu thơ của một nhà thơ người Lebanon, như một lời nhắc nhở nhẹ nhàng giữa những biến động của thế giới, nơi lòng thù hận dường như đang sôi sục dưới danh nghĩa chính kiến hay sự lợi dụng thần quyền. Khi con người bị che mờ bởi vô minh, và sống trong một thế giới đầy bóng tối, chúng ta dễ cảm thấy ngột ngạt. Cảm giác về tính vô thường của kiếp nhân sinh càng khiến ta thấy phận người thật mong manh.

Vì thế, câu thơ của **Kahlil Gibran** (1883-1931), *một thi sĩ và họa sĩ người Mỹ gốc Liban*, ta đọc lên như một lời cầu nguyện, mỗi sáng:

Cảm ơn đời những sớm mai thức dậy
Cho tôi thêm một ngày nữa để yêu thương…

Trân trọng
Ban Biên Tập Văn Học Mới

NGUYỄN KIẾN THIẾT
THƯƠNG XÁC VỚI NHÀ PHÊ BÌNH VĂN HỌC NGUYỄN VY KHANH

*Lời người viết:** *Theo lẽ thường, khi nhận định, phê bình một tác phẩm, ai nấy đều có xu hướng "khen hết lời" và "kiệm tiếng chê". Nghĩa là họ "mặc áo thụng vái nhau" vì đọc chưa kỹ hoặc sợ mất lòng nhau. Đôi khi sự thẳng thắn góp ý của người phê bình (theo yêu cầu của tác giả), dầu rằng với tinh thần xây dựng, khách quan vẫn bị phản tác dụng! Đối với tôi, nếu ai phát hiện được những sai sót trong tác phẩm của mình "với tinh thần xây dựng, khách quan", tôi sẽ vô cùng biết ơn và trân quý tấm lòng của họ. Đặc biệt đối với những góp ý "có lý có tình", những phản hồi tích cực "nói có sách mách có chứng", tôi sẽ thành tâm lắng nghe để học hỏi và sửa chữa. Nói khác đi sẽ "tâm phục khẩu phục" khi nhận ra chân lý.*

Người viết may mắn được hai đồng môn Văn Khoa Sài Gòn đã lần lượt nhận viết Lời giới thiệu sách của mình: một là nhà văn, nhà Nam Kỳ học Nguyễn Văn Sâm đã giới thiệu quyển *Những Trang Văn Đời Tôi;* hai là nhà phê bình văn học Nguyễn Vy Khanh qua tác phẩm *Những Mảnh Vụn Văn Học.* Trong bài nầy, chúng tôi muốn **thương xác với nhà phê bình Nguyễn Vy Khanh** qua việc giới thiệu tập sách *Những Mảnh Vụn Văn Học* do nhà Văn Học Mới Hoa Kỳ ấn hành tháng IX.2025.

Giới thiệu một tác phẩm là công việc đòi hỏi nhiều thời gian và công sức để *đọc* và *viết* – đặc biệt đối với một tác phẩm biên khảo văn học. Phải là người có kiến thức bao la, có căn bản học thuật, với luận điểm vững chắc – nhứt là có **tư duy phê phán** nhạy bén, công bằng. Từ đó, nhà phê bình sẽ phân tích ưu điểm và nhược điểm (nếu có) của tác phẩm với luận cứ chắc nịch để xác định *giá trị đúng mức* và gợi ý hoặc khuyến nghị cho độc giả về việc đọc cuốn sách nầy. Nguyễn Vy Khanh đã hội đủ những yếu tố dẫn trên của một nhà phê bình văn học có tầm cỡ mà tên tuổi của ông đã rực sáng trên văn đàn hải ngoại từ hơn ba thập niên nay. Trong quá khứ đã có nhà phê bình mặc áo thụng vái nhau *sát đất*; có người kết hợp khen/chê có chừng mực với tinh thần xây dựng; cũng có người vạch lá tìm sâu chỉ trích nặng nề vô căn cứ gây mất hòa khí, làm vẩn đục không khí văn hóa. Thật ra nhà phê bình có quyền và đôi khi phải lên tiếng mạnh mẽ, nêu bật cái đúng cái sai để bảo vệ luận điểm của mình. Người viết vì quá "trung ngôn" đôi khi đã góp ý thẳng thắn một số tác giả nên dễ gây hiểu lầm, ngộ nhận và "nghịch nhĩ".

Về trường hợp cuốn *Những Mảnh Vụn Văn Học*, trước hết nhà phê bình Nguyễn Vy Khanh đã nêu ra những *ưu điểm*: "*Chúng tôi đã đọc và nói chung* ***hoan nghênh công sức biên luận*** *của tác giả NKT. Với tư cách độc giả, tôi tin tuyển tập hữu ích và sẽ gây thích thú với một số đề tài cũng như tác giả, nhân vật được đề cập - trong số có đề tài vốn ít được quan tâm của độc giả và học giới*". Ông cũng không quên xác định *giá trị quyển sách* và gợi ý độc giả tìm đọc: "*Riêng nghiên cứu Những Mảnh Vụn Văn Học của Nguyễn Kiến Thiết mà độc giả đang có trong tay là một* ***công trình đáng trân quý*** *và nên được phổ biến ở hải-ngoại cũng như trong nước. Ước gì các học giả và những nhà nghiên cứu quan tâm lên tiếng*".

Tuy nhiên, một viên ngọc dầu quý giá đến đâu cũng không tránh khỏi tì vết; một tác phẩm giá trị vẫn còn một số hạn chế nhứt định. Do vậy, Nguyễn Vy Khanh đã góp ý về hai bài: "*Nguyễn Văn Sâm - Người đầu tiên giới thiệu và chú giải truyện thơ U Tình Lục*". **Bài sau,** "*Về Vụ án "Đạo văn" của LM Thanh Lãng và chuyện "In lậu sách*"... Chúng tôi muốn lên tiếng với nhà phê bình Nguyễn Vy Khanh về hai bài dẫn trên.

-Về bài 1, Nguyễn Vy Khanh viết: "*Ông* [Nguyễn Văn Sâm] *là người đầu tiên chú giải thì đúng, nhưng giới thiệu, phân tích nội dung và hình thức thì đã có những Nguyễn Khuê (Chân Dung Hồ Biểu Chánh, 1974) và Bùi Đức Tịnh (Những Bước Đầu của Báo Chí, Tiểu Thuyết và Thơ Mới, 2-1975),… đi trước từ nhiều thập niên*". Từ góp ý của Nguyễn Vy Khanh, tôi muốn chỉnh sửa **đoạn văn** nầy như sau: "***Nguyễn Văn Sâm – người đầu tiên giới thiệu và chú giải truyện thơ U Tình Lục rất công phu, phân tích đầy đủ nội dung, hình thức và in thành sách hẳn hoi với tựa đề mới Kể Chuyện Tình Buồn/Hồ Biểu Chánh. Trong tập sách dầy 228 trang nầy, ông chép*** *đầy đủ 1790 câu* ***thơ "thượng lục hạ bát" cộng với 761 chú giải chứng tỏ sự cần cù mẫn cán và kiến thức***

uyên bác của nhà Nam Kỳ học".

Tôi cũng muốn xác định, **trước** cả hai ông Nguyễn Khuê và Bùi Đức Tịnh, từ **năm 1971 đã có** Phạm Việt Tuyền giới thiệu cũng như phân tích nội dung, hình thức truyện thơ *U Tình Lục* rồi. Bài khảo cứu của Phạm Việt Tuyền dài 28 trang tựa đề "***Đọc truyện diễn ca U Tình Lục***" đăng trên *Nghiên Cứu Văn Học* số 2, tháng 4/1971 (tr.85-112). Nhưng phần "giới thiệu" của ba ông Phạm – Nguyễn – Bùi chỉ là một chương ngắn trong các tập sách hoặc một bài báo. Cả ba ông đều **chưa in thành một quyển sách vài trăm trang cũng như không chép đầy đủ 1790 câu thơ lục bát.**

-Về bài 2, tôi tán đồng nhận định của Nguyễn Vy Khanh: "***Vì chưa hề có phán quyết của Tòa cao hơn, thì bản án ngày*** *22-9-1972 của Tòa Sơ Thẩm Sài-Gòn theo thông lệ phải được xem là bản án chính*". **Tưởng cần phải nói thêm "bản án ngày 22-9-1972", Tòa Sơ** Thẩm Sài Gòn (Tòa dưới) đã xử hai ông "đạo văn" phải đền LM Thanh Lãng "*1 đồng bạc danh dự*". Nhưng hai ông "đạo chích" có chịu đền hay không, và có "chống án lên tòa trên" hay không, xin để "hạ hồi phân giải". Nghe nói về sau LM Thanh Lãng vô cùng chán nản, phần vì không đủ tiền trả luật sư nên đành bỏ cuộc! Nhìn chung, qua vụ án "đạo văn" nầy, các ông "đạo văn" Nguyễn Tấn Long – Phan Canh đã thắng lớn về *lợi* và *dan*h. Với hệ thống phát hành sách quy mô trên toàn quốc của nhà xuất bản Sống Mới, các ông "đạo chích" đã chia nhau một số tiền khá lớn bởi sách bán chạy như tôm tươi. Sách đạo văn của họ "*được bày ở thư viện Quốc Gia, tên* [của họ] *được ghi vào niên giám văn nghệ sĩ Việt Nam*" (1). Mặt khác các đấng văn hóa nầy còn được xếp vào hàng ngũ "nhà viết văn học sử", cùng một chiếu với LM Thanh Lãng trong một Luận án Tiến sĩ (2). Trường hợp nầy giống như bộ ***Từ Điển Nhân Vật Lịch Sử Việt Nam*** do một mình ông Nguyễn Bá Thế dày công biên soạn ròng rã suốt 20 năm được "nhà văn hóa" Nguyễn Q. Thắng - Giảng viên Đại học Cần Thơ, có công trong việc "chạy lo giấy phép, lo vốn in, v.v..." để xuất bản. Oái oăm thay đồng tác giả theo thứ tự là Nguyễn Q. Thắng - Nguyễn Bá Thế (Ông Thắng đứng trước ông Thế, có nghĩa ông Thắng là người biên soạn chánh?).

Tóm, chúng tôi xin dẫn nhận định của nhà phê bình

Nguyễn Hưng Quốc để kết thúc bài viết: "*Có thể nói mục tiêu lớn nhất của phê bình không phải là bảo vệ cái trật tự hiện có. Một điều mà nhà phê bình cần làm hơn chính là tranh đấu cho một trật tự mới, cái trật tự vừa mới chớm, chưa được nhiều người thấy và chưa được ủng hộ. Làm công việc đó, nhà phê bình có thể ít nhiều gây ra sự bất an. Nhưng đó không phải là điều đáng lo lắng. Không có bất an thì sẽ không có sáng tạo*" (Nhiệm vụ của nhà phê bình).

"Một lời cũng đã tiếng rằng tương tri". Xin chân thành cám ơn và trân quý tấm lòng của nhà phê bình văn học Nguyễn Vy Khanh rất nhiều.

Nguyễn Kiến Thiết – Montréal, IX.2025

Chú thích:

(1)Thanh Lãng: *Phê bình Văn học thế hệ 1932*. Phong trào Văn Hóa Sài Gòn xuất bản, 1972 (Chương mở đầu: Tại sao xuất bản).

(2)Trần Thị Mỹ Hiền: *"Kiều Thanh Quế trong đời sống nghiên cứu, lý luận, phê bình văn học Việt Nam nửa đầu thế kỷ XX"*. Luận án Tiến sĩ Lý luận Văn học, Trường Đại học Khoa học Xã hội và Nhân văn, TP Hồ Chí Minh, 2023. Luận án nầy đã xếp Nguyễn Tấn Long – Phan Canh là "nhà viết văn học sử" với tác phẩm "đạo văn": *Khuynh hướng thi ca tiền chiến – Một biến cố văn học thế hệ 1932-1945.*

TRÚC LAN

VÀI LỜI QUÊ

Trăm năm trong cuộc trần ai
Được - *thua, hơn – thiệt, ai tài ai khôn?*
Bảo thân cố giữ lấy hồn*
Hết bình minh đến *hoàng hôn cuối trời*
Nhìn xem thế giới bao người
Bon chen danh lợi khóc cười nhục vinh
Nổi trôi một kiếp phù sinh
Mượn câu hàn mặc giãi tình hoài hương
Lời quê góp nhặt mấy dòng
*Dệt nên "**Những sợi tơ lòng**"** gởi trao!*

Trúc Lan

*Bảo thân: Chữ lấy trong câu "Minh triết bảo thân" có nghĩa thấu suốt để giữ mình. Kinh Thi có câu: "Ký **minh** thả **triết**, dĩ **bảo** kỳ **thân**", có nghĩa đã thấu suốt lại có trí tuệ, có thể bảo toàn được bản thân.

** Tựa thi tập của Trúc Lan, sắp xuất bản.

NHỮNG CHUYỆN ĐỜI BÌNH THƯỜNG TRONG TRUYỆN NGẮN TIỂU TỬ

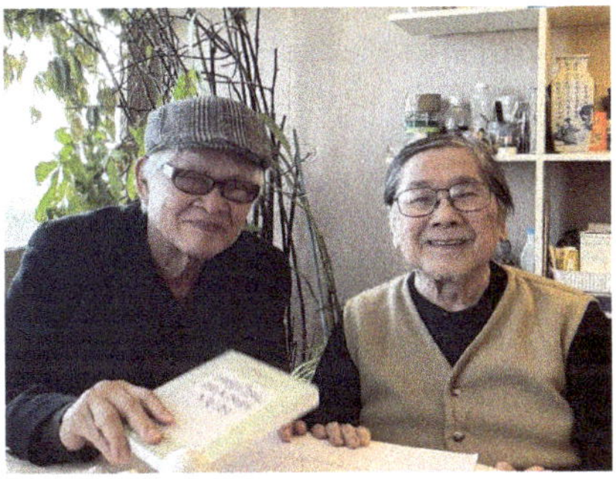

Tôi biết rất ít về con người của Tiểu Tử, đại khái ông, là con trai của nhà văn tiên phong Miền Nam Võ Thành Cứ, đã từng dạy ở trường Petrus Ký một niên khóa nào đó giữa thập niên 50 khi tốt nghiệp kỹ sư từ Pháp về. Lúc đó tôi đang theo học tại trường nầy (54-57) (như vậy trên danh nghĩa tôi là học sinh của ông). Bây giờ ông định cư ở Paris sau một thời gian làm việc ở Phi châu. Thỉnh thoảng ông phóng lên mạng một truyện ngắn ngắn nhưng hầu hết tình tiết trong câu chuyện thường đi sâu vào lòng người, được đón nhận với cảm tình. Điều nầy do ông biết chọn tình tiết nổi bật, hy sinh những điểm nhỏ không ích lợi cho toàn truyện mặc dầu sẽ làm bài văn trở nên sinh động và mang nhiều màu sắc văn chương hơn. Thêm vào đó, văn ông giản dị trong sự mô tả khiến người đọc dễ cảm nhận những điều ông muốn chuyển tải. Đối thoại của Tiểu Tử bình dị, không bị lệ thuộc vào tính chất cách điệu của văn chương sáng tác nên rất giống với lời nói chuyện ngoài đời. Đó là ba trong số những yếu tố thành công của truyện ngắn Tiểu Tử.

(Nguyễn Văn Sâm và Tiểu Tử, hình Ngọc Ánh 2015)

Tôi có cảm tình với truyện ngắn của Tiểu Tử qua truyện đầu tiên được thưởng thức, đó là truyện *Bài Ca Vọng Cổ*, truyện nói về một người thanh niên mang hai dòng máu Việt-Phi, đương sống ở Phi châu mà tác giả đã tình cờ gặp lúc anh ta ngân nga vọng cổ một mình. Anh ca để tự thưởng thức cung điệu du dương mật ngọt đặc trưng của quê hương mẹ khi đương lạc lõng trên quê hương cha. Câu chuyện nhẹ nhàng nhưng bi thiết ở chỗ bài vọng cổ đối với anh khi ngân lên coi như tiếng khóc nhớ thương về một quê mẹ xa xăm trộn lẫn với sự tiếc nuối tuổi thơ đã mất, chỉ còn lại chút ít trong trí nhớ, đồng thời là sự cô đơn của người mang hai dòng máu sống trên một quê hương tuy trên danh nghĩa là quê hương của cha mình đó nhưng xa lạ vô cùng tận vì mình không có quá khứ với nó, thiếu kỷ niệm, có thể nói là ngoại nhân đối với nó vàvới người chung quanh. Câu chuyện tôi cho là mang một tình tự quê hương in sâu trong trí, không cần điều kiện liên tưởng cũng được chủ thể kéo về. Hàm ý về thân phận của chính tác giả cũng đang lạc lõng giữa xứ người. Truyện đơn giản nhưng chứa đặc sắc hiếm có làm người đọc không thể quên được. Nó giống các truyện nổi tiếng của những người đi trước như '*Chém treo ngành*' của Nguyễn Tuân, '*Lò Chén Chòm Sao*', '*Ba Con Cáo*' của Bình Nguyên Lộc, '*Con Thằn Lằn Chọn Nghiệp*' của Hồ Hữu Tường hay '*Tình Nghĩa Giáo Khoa Thư*' của Sơn Nam… Đặc điểm của '*Bài Ca Vọng Cổ*' là tình tự quê hương được cụ thể hóa bằng giọng ca, những giọt nước mắt và cả nhưng câu xác định lập đi lập lại như phân trần và cần được người khác xác nhận rằng anh ta là người Việt Nam. Chắc chắn rằng ai đọc truyện nầy cũng cảm thấy ngùi ngùi lâng lâng buồn. Thành công của Tiểu Tử ở chỗ đó.

Tôi tìm đọc hầu hết các truyện của Tiểu Tử khi có dịp để hiểu rõ hơn hoàn cảnh và tâm tình của những người không may bị đại nạn sau cơn hồng thủy của đất nước, thường là những đề tài trong truyện của Tiểu Tử. Thỉnh thoảng hai người trao đổi vài dòng thăm hỏi bình thường với tư cách văn hữu nhưng chưa bao giờ nói chuyện về văn chương cũng như chưa từng gặp mặt. Ôi, hai lục địa xa xôi cho những người đã về hưu gần cả chục năm!

Kỳ sang Paris vào đầu Thu 2015 vừa rồi tôi hân hạnh gặp được ông trong một bữa tiệc hội ngộ thân tình với vài bạn văn quen biết nhau chút đỉnh như L.S. Trần Thanh Hiệp, nhà văn Vũ Thư Hiên… do nhà văn Cỏ May tổ chức tại nhà.

Đó là một người đàn ông đã quá tuổi tám mươi nhưng còn rất phong độ, mạnh mẽ, vui tánh, rất dễ gây cảm tình dầu đối với người mới gặp. Chúng tôi sau vài câu giới thiệu của chủ nhà bỗng chốc thành thân thiết vì cùng nhau có nhiều điểm giống: cùng có thời gian dạy học ở một ngôi trường lớn của Sàigòn, cùng mang nợ viết lách, chưa nói tới yếu tố di tản buồn mà người bên ngoài nước phần nhiều ai cũng có…. Con người của Tiểu Tử ở đời thường bình dị dễ thương đặc biệt như văn chương ông, cái giọng nói tuy quá tuổi 'nghe chuyện gì cũng thuận tai' vẫn còn sang sảng lại rặt ròng Nam Bộ khiến ai cũng thấy thân tình. Càng cảm tình hơn nữa khi nửa chừng bữa tiệc ông hứng khởi tự nhiên lấy nĩa khỏ nhịp lên bàn xuống xề một câu vọng cổ mùi mẫn. Bên Tây mà, có rượu ngon bản địa, có fromage danh tiếng sản xuất từ mấy ông cha nhà dòng, có bạn đồng điệu nói chuyện thời thế, văn chương người ta dễ bộc lộ niềm vui thích của mình. Trong bàn tiệc có người từ lâu hâm mộ văn phong ông hỏi tò mò 'Sao lại là Tiểu Tử ?' 'Ờ tại hồi đó lâu lắm rồi, coi truyện Tàu, thấy bậc bề trên hay được xưng tụng là 'đại nhân' còn người thấp hèn thì tự xưng 'tại hạ', 'tiểu nhân' tự thấy mình chắc hổng hơn ai nên xưng 'tiểu tử' cho yên'.

Nói xong ông bật cười hể hả ra chiều đắc ý với bút hiệu của mình. Tôi thầm nghĩ ông với bộ dạng đồ sộ, chắc nịch như Hồ Hữu Tường ngày xưa, xưng là 'đại nhân' chắc cũng chẳng ai phàn nàn gì. Xưng Tiểu Tử chỉ là biểu lộ sự khiêm cung thôi.

Câu chuyện đang rôm rả chợt có tiếng điện thoại reo, người nhận mở âm thanh cho mọi người cùng nghe – cũng lại là cái tánh chơn thật của người Nam Kỳ Lục Tỉnh –giọng người phụ nữ mềm dịu thân thiết bên kia đầu dây, ông gật gật đầu như đang đối diện: 'Ừa, anh dzìa liền!'. Cái giọng ngọt lịm hóm hỉnh của ông già khiến ai cũng cười, ông thêm: 'Bả nhắc bữa nay có hẹn với đốc tưa, nhắc hoài nhắc hủy sợ quên!'. Tuổi già bệnh hoạn là chuyện thường nhưng xem ra Tiểu Tử còn cầm cự hơn chục năm nữa với cá tính hồn nhiên lạc quan nầy.

Nói chung Tiểu Tử sở trường và hình như chỉ viết truyện ngắn. Tôi gọi ông là nhà văn của những sự đời bình thường trước mặt. Đời bình thường trước mặt là những chuyện không có gì đáng nói và sẽ mất tiêu trong trí nhớ đối với người bình thường, nhưng đã được Tiểu Tử lượm lên, phủi bỏ râu ria bụi bặm, ghi lại trong truyện phần cốt lõi, thế là chúng trở thành những sự kiện lóng lánh của đời. Cái hay của Tiểu Tử ở đó. Sự kiện chưa chắc đã hay, càng chẳng có chút yếu tố ly kỳ nào nhưng khi vào trong tác phẩm của Tiểu Tử lại hóa thân thành những điều người đọc nhập tâm ghi nhớ. Càng đáng ghi nhớ hơn khi ông đưa người đọc vào một tâm trạng lâng lâng u buồn.

'Khi hắn buông tôi ra, tôi thấy hai má của hắn ướt nước mắt. Tôi vội vã quay đi, lầm lũi bước nhanh nhanh về nhà ga mà nghĩ thương cho 'thằng Jean le Vietnamien'. Hồi nãy, nó ôm tôi, có lẽ nó đã tưởng tượng như là nó đang ôm lại được một góc trời quê mẹ...' (Bài Ca Vọng Cổ)

Chẳng hạn như truyện ngắn *Xíu*. Anh chàng Bảy được người yêu dụi dụi đầu vào lưng anh lần đầu cũng là lần chót trước ngày nàng đi vượt biển nguy nan. Và:

...Xíu đi rồi, ngày nào Bảy cũng đạp xe đi long bong. Không biết đi đâu, cứ đạp chầm chậm, đạp hoài. Khát, thì tấp vô uống cái gì đó. Đói, thì tấp vô ăn đại cái gì đó. Ăn gì uống gì, không cần để ý tới nữa.

Vậy mà Bảy cũng đạp tới cái công viên nhỏ mà hai đứa thường hẹn nhau. Chàng dựng xe cạnh chiếc băng xi măng mà hai đứa thường ngồi, rồi bước lại ngồi giống như ngày xưa chàng vẫn ngồi để đợi nàng tới. Nhưng bây giờ thì chàng ngồi một mình, ngồi thật lâu. Và không biết tại sao lại phải ngồi như vậy!

Rồi lại đạp xe đi loanh quanh. Không cần biết đi đâu...

... Bảy không biết rằng mình đang đi lượm những mảnh vụn của cuộc tình... (Xíu)

Vâng, Bảy đạp xe về những chỗ cũ, ngồi xuống những chỗ trước đây anh và Xíu cùng ngồi, để lượm lại những mảnh vụn của cuộc tình do hoàn cảnh đặc biệt của đất nước, đã đập nát, liệng tung tóe trên các nẻo đường. Đã gọi là mảnh vụn thì làm sao lượm lại cho hết và làm sao gắn lại cho khớp. Người đọc u buồn lây nỗi u buồn của nhân vật là vì thế.

Chuyện *Lẫn* cũng lộ nét bi thiết cố hữu. Đó là những lời *đối đáp ăn trét* của bà cụ bị bịnh lú lẫn với cô giáo có lòng nhơn muốn giúp đưa bà về nhà, đó là cái nhìn vô hồn của bà đối với sinh hoạt chung quanh, đó là những lời trách móc của đứa cháu nội, nó coi bà già như cục nợ. Tiểu Tử có cái nhìn sắc sảo khi tả hành vi của bà già lẫn.

Bà mặc áo bà ba vải trắng, quần lãnh đen, mang dép nhựt. Vừa đi vừa nhìn chung quanh. Bà đi một lúc lại ngồi xuống bệ gạch xây tròn chung quanh góc cây vỉa hè. Có khi bà ngồi chồm hổm cạnh bệ gạch, thay vì ngồi lên bệ gạch! Đi hay ngồi, bà cũng nhìn quanh. Bà nhìn mấy cửa hàng, bà nhìn từng người qua lại. Cái nhìn trống rỗng. (Lẩn)

Những lời đối đáp của bà thì không thể trích được, nó là cái xương sống của truyện. Điểm nổi bật cũng là cách nói chuyện của đứa cháu nội với bà, nó gợi cho ta thân phận đáng buồn của người già khi đến xế cuộc đời. Bên trong thì trí nhớ đã được bạch hóa chẳng còn gì, ngoài đời thường thìcho tới cháu cũng dằn vặt, trách móc, coi như gánh nặng bất đắc dĩ phải cưu mang.

Những *cảnh đời nho nhỏ*, đáng thương làm cho người đọc xúc động đó là căn bản cấu tạo nên truyện của Tiểu Tử. Chọn bắt những điều nho nhỏ của đời để thổi bùa thành những truyện ngắn gợi cảm là cái tài đặc biệt của Tiểu Tử không phải ai cũng có.

Viết tới câu nầy tôi nhớ đến trường hợp nhà văn trẻ Nguyễn Ngọc Tư ở quê nhà, cũng có khả năng tương tợ nhưng đó là trường hợp khác và văn phong khác…

NGUYỄN VĂN SÂM
(Victorville, CA, Dec. 23, 2015)

Danh ngôn

Kẻ ngu dốt hỏi những câu hỏi mà người thông thái đã trả lời cả ngàn năm trước.

Ignorant men raise questions that wise men answered a thousand years ago.

Johann Wolfgang von Goethe

NGUYỄN VĂN SÂM
Gieo Gì Gặt Nấy
1.

Chiều cuối tuần. Nắng nóng gần như muốn cháy da. Tất cả bộ hành đều đi mau như chạy trên con đường HW 101 dọc theo bờ biển. Tôi ở trong số đó, tới đường Main thì có cầu tàu trên đường nối liền từ mé biển Hutington Beach tới thiệt là xa bờ. Tôi đi chậm rãi lại, thả từng bước do đã thoát được cơn nắng nóng, quan sát những người đi bộ, lắng nghe những mẩu đối thoại để nhận ra ai là người ngoại quốc, ai là đồng hương Việt Nam. Dòng người đa dạng: Mễ, Mỹ trắng, Mỹ đen, Hoa, Nhật, Hàn... Lâu lâu mới bắt gặp một nhóm người Việt, thường là ba bốn phụ nữ đi cùng nhau. Khi xác định họ là đồng hương, tôi mỉm cười thân thiện như một lời chào; đa phần họ cũng đáp lại bằng nụ cười, rồi ai nấy tiếp tục đường mình.

Dừng chân bên một nghệ sĩ đường phố đang say mê kéo đàn violoncelle, để tỏ lòng trân trọng tài năng, và biết thưởng thức, tôi lấy ra hai tờ một *đô la*, nhẹ nhàng đặt vào chiếc nón cũ đặt dưới chân ông – trong đó đã có sẵn vài đồng lẻ và mấy tờ năm đô, có lẽ do chính người nghệ sĩ đặt vào trước, tạo không khí "*làm mồi*".

Vài ba người khi thấy tôi ủng hộ người nghệ sĩ thất thời thì mỉm cười, đưa ngón tay cái lên trời tỏ vẽ tán đồng, cũng đứng lại chừng vài phút nhưng rồi lại tiếp tục bước đi.

Băng qua con đường rộng để tiến về phía bên kia lan can cầu, ngó xuống phía dưới, tôi thưởng thức tài nghệ những người trẻ nam nữ đương hào hứng chơi bóng chuyền mà thấy mình giờ đây thế giới không còn thuộc về mình nữa, nó thuộc về phía người trẻ và có thể lực. Mình đã già yếu. Chỉ có thể đứng xa thưởng thức thôi. Nhiều sân chơi chỉ có 2, 3 hay 4 người. Vậy mà họ cũng cố gắng hết sức đánh đở những cú giao banh hiểm hóc của phe đối phương.

Xa xa trong làn nước xanh xanh đầy bọt trắng kia là cả mấy chục tay chơi trò lướt ván quá tuyệt diệu. Những tấm ván đặc biệt được cột một đầu vô chân người chơi, một đầu vô tấm ván dùng để lướt sóng... Họ đón đầu sóng, đợi sóng lớn tới với bọt trắng xóa vương cao là nương theo đó mà leo lên tấm ván của mình một cách tài tình. Đó là những sinh hoạt của nhóm Beach Boys.

Nhóm nẩy nổi tiếng với anh chàng gì đó mới chết (1942-2025)! Một tàu đánh cá dừng lại tuốt ngoài xa thiệt xa, xa tới nỗi tôi chỉ thấy dạng chiếc tàu nhưng không nhận ra có ai trên đó hay không.

Trên cầu tàu nơi chỗ tôi đương tựa lan can ngó xuống, một cặp vợ chồng Mỹ trắng dắt một đứa con trai chừng 7, 8 tuổi, đứa nhỏ thấy cái viễn vọng kính thì *a thần phù* leo lên cái bệ thấp để dưới chưn kiến viễn vọng đặc biệt nẩy hí hửng dòm vô kính, nhưng không thấy gì. Người cha mỉm cười lụt trong túi lấy ra hai đồng *quarters* bỏ vô cái khe tròn dẹp của kính để cho đứa nhỏ thấy được ngoài tuốt đằng xa kia.

Thằng nhỏ reo cười nói líu lo rằng thì là thấy rõ quá, cả cái dàn khoan dầu với mắt thường thì cũng chỉ thấy mờ mờ.

Tôi bỏ đi. Tới cái nhà tiểu tiện thì cũng vừa lúc một người đàn ông ốm yếu độ trạc tuổi tôi, xấp xỉ bảy mươi từ trong nhà tiểu bước ra. Chạm mặt nhau, tôi ngờ ngợ rằng ông nầy quen quen mà trong lúc bất chợt không nhớ rõ là mình từng quen ở đâu. Vậy thôi, tôi cứ lo chuyện của mình, bước vô trong, đóng cửa lại. Tối hù và tôi như là quên đi người đàn ông quen quen kia.

2.

Năm 1948, trong khi chờ đợi đầu niên khóa mới để xin vô trường công lập Trương Minh Ký, cô tôi đóng tiền cho tôi học tại Lyceum Nguyễn Văn Khuê ở trên đường Nguyễn Thái Học bây giờ (sau nầy đã trở thành trường tư thục Bồ Đề do TT Thích Quảng L. làm Hiệu Trưởng.) Lớp Nhì. Sau chừng một tháng thì một đứa cùng học chung lớp tự động tới làm quen với tôi trong một lần tắm mưa trước Pharmacie La Thành Nghệ trên đường Yersin sau giờ học buổi sáng Thứ Bảy nào đó.

Nó nói:

Tao biết mầy tên gì rồi. Khỏi cần khai. Mầy tên là Sâm phải không? Tao là thằng Hiếu.

Vậy đó, sau màn tự giới thiệu như trên chúng tôi trở thành bạn, vô tư rượt đuổi nhau cho tới khi cơn mưa dứt hột mới chịu chia tay. Và nó Thứ Hai tuần sau, chủ động đổi chỗ lên ngồi kế tôi mà không cần xin phép thầy. Tánh nó như vậy, ngang bướng, bất cần. Hôm đó ông thầy, mấy chục năm gần đây tôi còn nhớ mường tượng vẽ mặt và cái tên ông ta. Đó là một người đã quá trung niên, ốm o, mặt xương xẩu, tên Hậu, thường hay hún hắn ho trong lúc giảng bài.

Có lần thầy giảng về sự khôn lanh của ông Mạc Đĩnh Chi trong bài tập đọc của cuốn sách Tập Đọc Lớp Nhì lúc bấy giờ....

... Ông Mạc Đĩnh Chi nói:

Tâu bệ hạ man di là giống người còn ăn lông để lổ, Nam triều chúng tôi tuy không văn minh bằng thiên triều nhưng không thể xếp hàng vô man di được...

Đọc tới đây thầy Hậu cười đắc ý:

Hay quá, ông Mạc Đĩnh Chi khi nói đã nối liền *chữ bệ hạ* với *chữ man di* vậy thì bằng cách nầy ông ta đã xỏ ngọt vua Trung Quốc là man di.

Tôi còn nhớ giảng tới đây thầy Hậu đắc ý cười lớn đến nỗi ho xù xụ đâu chừng 5 phút mới kềm chế được.

Thằng Hiếu thúc cùi chõ vô hông tôi:

Ông thầy giảng cương! Mạc Đĩnh Chi đối đáp với vua Tàu đâu phải bằng tiếng Việt của mình bây giờ để nối liền hai chữ bệ hạ với hai chữ man di mà nói rằng ông ta xỏ ngọt vua Tàu.

Tôi phục sát đất thằng Hiếu cái nhận xét đặc biệt của nó.

Và rồi bãi trường lại tới, những ngày gần chia tay ngày nào nó cũng đãi tôi cà lem cục mua từ ông lùn mập bán ở cổng trường mà cánh tay tròn ngắn với những ngón tròn như trái chuối cau liên tục thò vô bình thủy lấy ra từng cục cà rem thủng thẳng để lên cái thớt nhỏ cắt xén vừa theo số tiền của từng đứa mua, phần còn lại ông bỏ vô bình thủy. Tôi đứng ngó quên thôi cử chỉ mau lẹ được lập trình của anh lùn nầy tới nỗi nhiều khi thằng Hiếu phê bình có tính cách rầy dạy như người lớn:

Sao mầy dòm thằng mập đó thiếu điều rớt d.á. i. vậy? Nó vừa nói vừa kéo tôi vô trường. Tôi bị kéo đi nhưng vẫn suy nghĩ miên man về bàn tay và cử chỉ của anh chàng bán cà lem nên làm thinh một lúc hơi lâu đến nỗi thằng Hiếu thúc cùi chỏ vô hông tôi, quở:

Chắc mầy bị thằng lùn đó hớp hồn rồi nên ngác ngác ngơ ngơ...

Vậy đó, Thằng Hiếu có những nhận xét tinh tế mà không phải đứa nhỏ nào cở tuổi chúng tôi cũng có được.

3.

Bẳng đi 5, 6 năm không gặp nhau, tưởng là thằng Hiếu đã quên tôi cho tới Tết năm đó trong một sòng bài cào của con nít trong xóm khi thằng Hiếu làm cái tôi xin ké vài ba chục vô nhà cái, nó lạnh lùng từ chối:

Không cho ké cái mầy Sâm, đừng nhìn bà con. Mầy muốn ăn thua thì ké với bất kỳ nhà con nào tao cũng ăn thua đủ.

Và nó đưa tiền lên trả cho tôi. Phải biết lúc đó tôi ngẩn ngơ chừng 5, 10 phút, nó còn nhớ tên tôi, lại có thể tuyên bố rằng đừng nhìn bà con. Tôi lạ lùng về thái độ của nó, càng tiếc hùi hụi khi ván bài đó thằng Hiếu được ba Tây, vùa hết, kể cả những đứa đương hí hửng vì bài của mình được chín nút.

Tết năm nào cũng vậy, thằng Hiếu thiệt là rủng rỉnh tiền gom sòng của hầu hết những đứa con nít trong xóm chợ Cầu Ông Lảnh như: Vựa Cá, Chợ Chuối, Vựa Gạo, Vựa Trái Cây...

Tôi thắc mắc là làm sao mà nó hên quá chừng, năm nào cũng hên, cũng gom hết tiền lì xì của những đứa vừa mới lớn máu mê cờ bạc. May là tôi thấy nó quá hên nên chưa bao giờ đặt tiền khi nó làm cái.

Cái hên của nó lộ ra khi tôi coi hàng tạp hóa cho cô tôi và thằng Hiếu hiện ra nói rằng cho nó muốn mua một bộ bài cào. Mua xong, nó cầm bộ bài mới tinh, đi đâu chừng một giờ đồng hồ thì quay lại trả, lấy tiền về, nói rằng nó sẽ trở lại với một người bạn để mua bài và dặn tôi là phải đưa ra bộ nầy để chứng tỏ với người kia là mới mua, không phải bài cũ.

Và rồi thằng Hiếu trở lại thiệt tình với một người chừng độ tuổi đôi mươi mặt còn vết của những mụn cám mà tôi quen mặt từng là con bạc máu me.

Nó nói với anh chàng kia:

Mấy làm chứng là tụi mình hai đứa cùng đi mua bộ bài mới cắt chỉ...

Tôi nghe thì lờ mờ hiểu là Thằng Hiếu đã lấy bộ bài, đi đâu đó *làm điểm* để biết con gì con gì mà xài trong những sòng bài sắp tới...

Vậy đó thằng Hiếu có những trò cờ gian bạc lận ngay từ khi còn rất nhỏ.

Và khi hai người đó đi khỏi quán tạp hóa của cô tôi, tôi giận mình đã không can đãm vạch mặt thằng Hiếu vì cái trò ma mảnh của nó. Tôi tưởng tượng những bộ tịch buồn bã của những con bạc bị thua cháy túi vì tôi đã làm thinh che giấu cho sự lừa bịp của thằng bạn học đã có một thời hai dứa là đôi bạn khá thân... Tôi như bực rức vì tội đồng lõa của mình.

4.

Cách chừng hai chục năm sau chúng tôi mỗi đứa đi theo đường của mình. Tôi thi đâu đậu đó rồi trở thành thầy giáo một trường Trung học danh tiếng ở Thủ đô, thằng Hiếu theo lời tôi tìm hiểu từ một người xuất thân từ Chợ Chuối thì được trả lời một cách lạnh lùng pha lẫn sự khinh khi:

Ông già tên Hiếu hả? ... Thì vẫn còn sống, lẩn quẩn ở mấy sòng bài kiếm cơm qua ngày. Lâu lâu tranh cãi rồi đánh lộn, đánh lạo, đâm chém nhau phải lên cò bót...

Rồi thì trời xui đất khiến mà chúng tôi gặp lại nhau khi tôi trở lại thăm cái quán tạp hóa của cô tôi mà mình đã bỏ nhiều thời gian tuổi trẻ để quán xuyến nó.

Và trong trong một quán cóc nhỏ , Quán Biên Thùy ở cuối Vựa Cá, theo lời mời của một trong hai đứa (mà khi viết bài nầy tôi không còn nhớ xuất phát từ đứa nào.)

Chúng tôi giành nhau kể lại những kỷ niệm thời cùng học lớp Nhì trường Nguyễn Văn Khuê, anh lùn mập bán cà lem cục trước trường được nhắc tới nhiều nhứt, ông thầy Hậu ho lao mà thằng Hiếu nói là trở về từ trong Chiến Khu cũng được cho lên bảng phong thần với lý do trở về của ông mà không biết thằng

Hiếu nghe từ ai:

Thầy Hậu đó hả? Bỏ Chiến Khu về thành vì bị chết đứa con gái nhỏ sanh ra từ trong đó. Con bé mang bịnh nặng bác sĩ nói phải có thuốc trụ sinh thì may ra, thầy Hậu biết một Bí Thư có nhiều thuốc, năn nỉ xin mà ông ta nhứt định không cho... Thằng Hiếu chặc lưỡi: Đời nó chó thế!

Chuyện trò lan mang một hồi, tôi tỏ vẽ khâm phục về cái hên của nó trong ba ngày Tết hằng năm, nó đắc ý tuyên bố là chẳng có hên mẹ gì hết, chỉ là trò khéo tay, lẹ mắt, nhanh trí thôi. Rồi thằng Hiếu móc trong túi quần ra một bộ bài nhỏ, giải thích trong khi biểu diễn:

Có nhiều mánh lới, trước hết phải lẹ mắt, lẹ trí. Mình để ý mấy con Tây rồi khi gom bài để làm cái mình tính coi bao nhiêu tay con để xếp con Tây cách mấy lá bài... Như vậy là khi chia bài thì chắc chắn phải là ba Tây thôi.

Tôi thắc mắc. Cái thắc mắc của người người thầy giáo, lòng thiệt là trong sạch:

Nhưng như thiếu hay dư một hai tay con thì giải quyết thế nào?

Thằng Hiếu bỉu môi:

Xin lỗi mầy nha Sâm. Mầy làm thầy giáo nhưng chậm tính bỏ mẹ, thiếu thì khuyến khích một tay nào đó đặt hai tụ, dư thì kêu tụ nhỏ nào đó hợp với tụ lớn...

Còn nữa, đó chỉ là một chiêu trò cỏn con, còn những chiêu khác như là *chia bắn đáy*, tức là khi chia tới phiên mình thì bắn ra con bài dưới cùng của bộ bài mà mình đương cầm. *Chia chuyền*, tức là khi thấy con mình muốn thì giữ lại, rút lá bài kế đưa cho người ta, giữ lá đó chờ tới phiên mình... Thằng Hiếu vừa nói vừa biểu diễn, mấy ngón tay của nó lẹ làng, ôi thôi làm tôi hoa mắt không định vị được lá bài nào khi nó chia chuyền, bắn đáy...

Húp hớp một hớp hơi lớn của ly *sô đa sữa hột gà* thằng Hiếu nói như một ông già, sáu bảy mươi:

Thôi thì trong trận chiến cờ gian bạc lận còn không biết bao nhiêu là chiêu thức không thể kể ra hết. Cái khó là nếu đã quyết lòng sử dụng chiêu thức nào thì giữ nó cho hết bàn bài và trong sòng đó cũng nên thay đổi chiêu thức, không thể dùng một thứ nhiều lần để phòng có người tinh ý...

Thằng Hiếu hớp một hớp thêm một hớp nữa, thở dài:

Vậy mà cũng có lần công cóc. Nó nói rồi ngồi nghiêm chỉnh lại, đưa mắt ngó theo vóc dáng của con nhỏ phục vụ, đâu chừng 18, 19 tuổi. Tôi chờ nó nói tiếp theo. Không hỏi gì.

...Lần đó khi lên Thủ Đức chơi, nghe có sòng bài, cái sòng ở kế bên trại BĐQ nên ngứa nghề cũng lội tới đó ra tay... Đương gom sòng nhờ những mánh của mình thì 2, 3 ông B Đ Q ở trong trại chạy tới, một ông tay cầm một trái lựu đạn biểu tất cả có bao nhiêu móc ra hết nộp cho ông ta.

Tôi thêm vô câu nói thời danh và thêm lời bình luận của mình:

Ba Tây còn thua một ông B Đ Q! Vậy thì của thiên trả địa. Đâu có gì phải buồn. ... Mà nghĩ cho cùng, đời lính tráng thời buổi chiến tranh sống nay chết mai, lương lậu đâu có bao nhiêu nên hù dọa mấy người ở thành phố máu me để kiếm chút đỉnh khi có dịp. Cũng nên quên đi đừng thắc mắc cho mệt trí...

Thằng Hiếu nghe lời khuyên, chỉ thở ra, không nói gì... Trước khi chia tay nó *địa hàng* con nhỏ phục vụ bằng một cái nhìn thiệt đắm đuối, nói với tôi sau khi nheo mắt:

Nhìn con nhỏ sao tao muốn ở tù quá! Nghĩ tới chuyện *đo rún* với nó, nghĩ tới chuyện *ủi mán* trước khi lâm trận thì không muốn về...

Tôi gạt ngang:

Bậy mầy! Nhan sắc nào rồi cũng tàn. Biết là mầy nói chơi, chứ không dám làm thiệt, nhưng mấy suy nghĩ bậy đó cũng sẽ ảnh hưởng xấu trong cuộc sống của mầy. Đó là nhữn tạp niệm.... Thằng Hiếu nghe thì làm thinh nhưng lẩm bẩm gì đó trong miệng, tôi nghĩ là nó cho rằng tôi nói theo kiểu thầy giáo dạy học trò...

5

Ra khỏi cầu tàu, đứng đợi đèn để qua bên kia đường tôi thấy dáng ông già quen quen mà mình chạm mặt khi vô nhà tiểu. Ông ta ngồi bên lề đường của người đi bộ. Đương ăn gì đó. Nhưng ăn uống thì có tiệm tùng, sao lại ngồi ăn ở vệ đường?

Để giải quyết thắc mắc của mình, sau khi qua đường, tôi bước mau về phía ông ta, hỏi làm thân:

Khỏe không? Sao mà ngồi bên lề đường vừa ăn vừa ngắm xe cộ vậy?

Ngó lên quan sát tôi một hồi lâu rồi ông ta cúi xuống gặm miếng da của cái cánh gà, trả lời đứt đoạn:

Ừ thì không có tiền, lượm mót ăn cho đở đói. Chứ có tiền như cách đây mấy năm đã ngồi đàng hoàng trong tiệm rồi.

Tôi thắc mắc về lời thú nhận '*Lượm mót ăn cho đở đói*' nên cố tình đứng dan ca hỏi thêm nầy nọ nhiều điều.

Qua nhiều câu trao đổi, tôi biết chắc đó là thằng Hiếu, nhưng nó luôn luôn phủ nhận. Tôi chỉ biết được là sau ngày đổi đời, có lúc nó khá lắm và nhờ khá nó mua chức Phường Trưởng phường Cầu Ông Lãnh. Trong khi làm Phường Trưởng nó *kênh xì-po* với Bí Thư Phường tố cáo ông ta về chuyện ăn hối lộ tới nỗi ông ta phản ứng lại và nó bị lột chức.

Với số tiền kiếm được trong hai năm tại chức, nó vượt biên. Qua đây lúc đầu còn tiền thì cũng vợ con để huề, nhưng lậm vô chuyện Casino cuối cùng thì cũng trớt đít, vợ tống cổ ra ngoài, con không nhìn nên phải mang thân không cửa nhà, ăn mót, ăn xin.

Tôi không nói cho nó biết tôi là ai. Trước khi bỏ đi, móc bóp cho nó hai tờ 100 đô. Nó ngó tôi bằng cặp mắt lạ lùng và thú nhận rằng với số tiền đó nó hi vọng sẽ làm lại cơ ngơi:

Em lúc nào cũng nghĩ tới chuyện đi Casinô. Nó thú nhận.
Vừa đi tôi vừa ôn lại cuộc đối thoại vừa qua.
Ông có lúc nào học trường Nguyễn Văn Khuê ở khu Chợ Cầu Muối không?

Không, tui học trường Tiểu Học Thiền Đức ở Vĩnh Long.
Ông còn nhớ thầy Hậu ở trong Khu về dạy tụi mình không?
Tui không biết thầy Hậu là ai, cũng không biết mình từng học chung,
Ông có biết một người nào đó từng làm phường trưởng, p hường Cầu Ông Lãnh không?

Tui nhớ là có gặp một ông kia xưng là từng làm phường trưởng phường Cầu Ông Lãnh. Ông ta tố cáo Bí Thư Phường ăn hối lộ nên bị nó trả thù, phù phép cuối cùng ông ta mất chức.

Người đó có phải là ông không vậy?

Tui đã nói ông kia là người tôi từng gặp. Không phải là tui. Thôi nhe! Nói chuyện với ông mệt quá.

Sau khi bị đuổi như đuổi tà đó, tôi bỏ đi. Biết chắc nó là thằng Hiếu nhưng nó phủ nhận. Thôi thì bỏ qua luôn cho nhẹ lòng. Nhưng cái làm tôi nặng lòng là hệ quả của lối sống giựt dọc của thằng Hiếu mà có lúc nào đó trong quá khứ chúng tôi quen nhau: Cờ gian bạc lận thì hệ quả là nghèo mạt rệp. Nói theo nhà Phật: *Nhân nào quả nấy.*

NGUYỄN VĂN SÂM
Victorville, CA, ngày Lễ Lao Động Mỹ 2025.

Danh ngôn

Hạnh phúc thay cho người được sinh ra và dạy dỗ, không sống vì ý chí của người khác, có áo giáp là những suy nghĩ trung thực và sự thật, kỹ năng tối thượng của anh ta.

How happy is he born and taught; that serves not another's will, whose armor is his honest thought and truth, his utmost skill.

Henry Wotton

PHAN NI TẤN
HÀ NGUYÊN DU, THƠ CỦA THƠ THƠ

Vầng Thơ Trên Đóa Quỳ Vàng của **Hà Nguyên Du** có thể nói là một tập thơ lạ. Lạ ở cách cấu trúc đa dạng. Lạ ở tứ thơ chêng vênh. Lạ ở nhịp thơ phóng túng.

Đọc *Vầng Thơ Trên Đóa Quỳ Vàng,* người đọc cảm thấy Hà Nguyên Du có ý muốn lược bỏ, hạn chế lối thơ truyền thống, để tự dấn thân vào thế giới thi ca có tính khai phá, mở rộng, làm mới hơn. Chính vì sự suy cảm đó, Hà Nguyên Du đã nhiễm sắc tố thơ, lừng lững đi vào xứ thơ, lặn hụp trong đam mê thơ, bám riết lấy suy tư thơ. Vì vậy, Hà Nguyên Du hoàn toàn cảm khái, sung mãn thần tiên mỗi khi ĐỘNG ĐẾN CON CHỮ:

khi tôi động đến con chữ lập
tức ý nghĩa trỗi nhạc và nở
hoa trong tôi lập tức cảm khoái
như đêm động phòng hoa chúc lập
tức bóng tối quanh tôi như biến
đi ơi! bóng tối oan khiên ... khi tôi
động đến con chữ lập tức ý nghĩa
kèn trống và rãi đàn cảm khoái

Từ đó, phong độ trong thơ *Hà Nguyên Du* là phong độ của loài hoa mới và lạ; mới ở mỗi câu, lạ ở mỗi chữ, nó ngạo nghễ rắc phấn hương vào đời bằng cơn sáng tạo tràn bờ cho chính mình và cho thơ.

Thơ ở đây, trước hết người đọc cảm thấykhông gian, thời gian qua từng trang thơ hầu như đều bàng bạc một đối tượng, một nhân dáng với vẻ đẹp muôn thuở luôn luôn hiện hữu trong vũ trụ thơ.

Đó là ***Em***.

Em trong thơ *Hà Nguyên Du* là hiện hữu em, một cõi sáng riêng em, cuốn hút lực hấp em, thiên hương em, xinh tươi em và

đẹp cả giọng ngân em:
em khỏa thân nỗi buồn mình những đường cong ngã nghiệt!!'
em chết đuối dòng mơ em ngày quang mây
nhưng vườn anh hoa xuân dần rụng cánh nhờ giọng ngân em
giọng ngân lôi người nhập môngiọng ngân nẩy lộc
càng cho thơ anh vẫn còn như phấn hoa...
đậu trái tình em!

Có điều, lúc bung xung hưng phấn, nhà thơ bốc đồng khẳng định, dù *em vẫn là hồn thơ,* hay *em là dòng văn* hoặc *em là xuân là hoa con gái, em là hương ngan ngát cõi tôi về*, nhưng với thân phận đuối sức của nữ phần *"ngón búp măng không thể thay đổi sử? làn môi xinh ai lệch cả con đường!?* nên có lúc *em* không được nâng lên ngang tầm cái đẹp, vì:

dù gì em vẫn không khác vòi nước phun và sương đêm..,
dù gì em cũng giống thoáng mưa cao nguyên dằn bụi dấy..,
dầu sao em chẳng khác chi nguồn phù sa quanh rễ cằn...

Vần điệu trong thơ Hà Nguyên Du có những bước bức phá nên chữ nghĩa chói lòa. Hãy đọc vài mẫu tự (A đến Y) trong bài "DÒNG CẢM THƠ ĐÁNH TAN DÒNG ALPHABET với ý thơ lạ lẫm khiến người đọc phải bỡ ngỡ. Thí dụ vần B/ BỤI SẮC BỤI KHÔNG thấp thoáng triết lý nhà Phật:

bế bồng, bương bả
bức thiết, bức tử
buộc trôi, bấn loạn
bút thịnh, bơm mực
bám đá, bu rong
bụi sắc, bụi không
bay phiêu, bạt nẽo...

Hoặc vần O/ ỚN LẠNH RỪNG mà tội cho tai trời ách nước:

ở chốn ách tắc
ọp ẹp
o ép ức chế
ôm phận cam số
ớn lạnh rừng... rừng
ơ hờ nhau
ơn tổ phụ chưa vơi gánh đảm...
ô hay! còn tội nước xa nguồn...
ở nhỉ! sống cho cái chết...

Hà Nguyên Du làm thơ bằng cách trải rộng hồn mình trên từng ngôn ngữ, hình ảnh và âm thanh hầu vớt lên trên dòng luân lưu đó chút hơi thơ mới, hơi thở lạ của thơ, dù có lúc đầy nghịch lý:

tôi tiếp tục mướt giọng phóng sinh tôi và thanh tân dòng thoát
cái tôi như chiếc phà nguyên đưa người qua sông???
thế nào em cũng vẫn là rừng xanh chờ chim thiên di
tôi chỉnh lệch độ chỉ nam tôi vì em và trái đất còn nhiều tư tưởng
tôi khoát áo ma đi trong làng ma cám dỗ
tôi giết tôi để còn thở hơi nhập hòa
(EM VẪN LÀ HỒN THƠ, tr.36)

Thơ ở đây vẫn hiện hữu thơ Tân Hình Thức, một loại thơ rút ra từ văn xuôi được xé lẻ, ngắt nhịp, xuống hàng, sắp xếp lại thành vần thành điệu thơ 5 chữ, 7 chữ, 8 chữ... Hãy đọc một đoạn MÂY XÁM MẦM MƯA, trang 40 để cảm nhận thế nào là thơ Tân Hình Thức:

phải shoot thẳng vào goal trước mặt không
thể lùi bước giẫm con rệp nhà thổ
đêm lại ngủ ngáy mơ mặt trời trao
vòng hoa và con chim họa mi vàng...
tên treo cổ có thơ làm bùa hộ
mạng trong vô hình đeo như tấm thẻ

bài của người línhmang SQ
70/ 137648
loại máu "T...H... O'+"

Tận dụng tâm huyết trong việc sáng tạo thơ Tân Hình Thức, Hà Nguyên Du đã "nặn" ra một thứ ngôn ngữ lạ, kỳ lạ đến lạ kỳ, nếu không muốn nói là quái lạ. Bài thơ BIỂN ĐÔNG... BỔNG ĐIÊN qua bút hiệu Ngã Phương Huyền của Hà Nguyên Du là một thí dụ đặc biệt với nội dung lịch sử mang tính chính trị đối kháng:

Tôi cứ lắp ba lắp
bắp khi nói v/v
biển đông bi ển bi
ển đông mà tôi bỗng
điên cứ lặp lại biển
đông mà bỗng điên
biển đông bỗng điên biển
đông bỗng điên vâng ạ
tôi điên thật đó mà
tôi điên thật khi mỗi
giờ đọc quá tản v/
v biển đông mà bỗng
điên bỗng điên... biển đông...!!!

Thơ ở đây đơn sơ như nói, dù lắp bắp, ấp úng. Một thứ thơ "cà lăm", cứ lặp đi lặp lại một cách điên điên dại dại từ mỗi từ "biển đông" đến mỗi ý "bỗng điên". Hà Nguyên Du không phải là nhà thơ không biết yêu nước.

Một bài khác, vẫn thơ Tân Hình Thức: NƯỚC MẮT CỦA DÌ BẢY với từ vựng bình thường, giản dị nhưng thấm thía vì quan hệ nhân bản. Bài thơ ướt sủng nước mắt của dì bảy đã gợi lên tâm tình tác giả cảm thông với giá trị đau thương giữa mùi đời ngọt ngào lẫn cay đắng:

1.
Lần nào cũng như lần nào lần nào
dì bảy cũng rươm rướm nước mắt mỗi
khi gặp tôi. Mặc dù nói lần nào
cũng như lần nào nhưng đôi khi cũng
có chút khang khác. Nói có chút khang
khác chứ thật ra chỉ là trước sau
thôi, trước sau gì thì dì bảy cũng
rươm rướm nước mắt. Trước sau gì thì
2.
dì bảy cũng khóc mỗi khi gặp tôi

Bài thơ nói trên dài 25 đoạn, mỗi đoạn 8 câu, mỗi câu 8 chữ là một trong những bài thơ xuôi rất hay, rất mới, lạ nhưng buồn thê thảm trước số phận hẩm hiu, buồn như máu ứa ra từ viên đạn, buồn như cái chết không lời:

Chính Duyên tức tốc đến báo hung tin
cho Dì bảy là thằng Tâ, bị bắn
chết trong trại tù vì bị ghép tội vượt
trại...
(Nước Mắt Của Dì Bảy, đoạn 20)

Nhưng dì bảy hay người mẹ hoặc chiếc áo học trò, hoa mồ hôi, cơn gió thơm... vẫn là hình ảnh văn học khắn khít tình người, đậm đà ý vị quê hương:

ngợi ca mẹ buôn gánh bán bưng chiều
đổi gạo thương chiếc áo học trò em
nở hoa mồ hôi lại phất phơ theo
những cơn gió thơm phức mùi sơn hào

Mẹ Việt Nam là Mẹ chung nên Mẹ ta bao giờ cũng vĩ đại như trời đất, bao la như biển rộng, huyền diệu như trăng khuya và gần gũi như chuối ba hương, như xôi nếp một. Hầu như trong nền văn học nghệ thuật Việt Nam, nhà thơ nào khi làm thơ rốt cuộc cũng đều nhớ tới Mẹ, viết về Mẹ. Như thơ lục bát ở đây, Hà

Nguyên Du viết về nỗi bất hạnh:

Bốn lần nhớ Mẹ trong ngày. Sáng trưa chiều tối lòng ray rứt lòng. Mẹ ơi xin Mẹ bớt mong. Ngày con bên Mẹ hẳn không còn dài. Điều con lo sợ hôm nay. Sợ nỗi bất hạnh đọa đày oan khiên. Là ngày sắp vui đoàn viên. Mẹ đi đột ngột quy tiên về Trời.(SỢ NỖI BẤT HẠNH).

Trong niềm tin tôn giáo, khi tưởng kính các Mẹ như Đức Mẹ, Mẹ hiền Quán Thế Âm, Mẹ trùng dương, Mẹ huyền thoại..., tất cả Mẹ thiêng liêng, vô ngã lợi tha đến độ Mẹ còn hay mất ta đều có cảm giác Mẹ chưa bao giờ mất cả. Mẹ là Phật: "Phật biến nhất thiết xứ", nghĩa là Phật (như Mẹ) hiển hiện khắp mọi nơi.

Trở lại thơ về *Em* ở đây, giữa thể thơ truyền thống EM NHIỀU GAI THÊM TRỔ NỤ TÔI HỒNG, dù không làm dản ra nỗi nếp nhăn đời lê thê bào ảnh: *"em thắm thiết em cho đầy di tích, em nhiều gai thêm trổ nụ tôi hồng"*, vẫn còn có dòng lục bát ngọt ngào, trầm bổng, du dương NGÁTMỘTDÒNGTHƠ... LỤCBÁT... NHÃ, dù tác giả có ý cách tân:

cành... tôi
có lá em xinh có hoa em nở cho tình
ngát...
hương.
đời... .tôi
có một con đường đêm trăng em sáng ngày dương
ánh...
hồng.
thơ... tôi
chảy suốt một dòng thuyền em xuôi lướt bềnh bồng
siêu...
nhiên.
mắt... em
là mắt thôi miên, tim tôi là trái tim huyền
niệm...
tim

Tình yêu, tình tự, ước lệ, đam mê, thỏa nguyện, hạnh phúc, khổ đau, chia ly, cách trở, hoài vọng, ước vọng, ưu tư, hồi ức..., tất cả các thể loại từ thơ 5 chữ, 7 chữ, 8 chữ đến thơ lục bát, tự do hay tân hình thức đều được nhà thơ Hà Nguyên Du kết tụ thành một khối thơ lăn tròn theo ý hướng mới, luồng sinh khí mới, loại suy tư mới với mục đích bày tỏ thái độ thơ mới bung xung, phá cách trước nhân thế hiện đại.

Nhìn chung, xuyên qua bản chất thực thể của Hà Nguyên Du với giá trị của cõi thơ bát ngát, có thể nói Vầng Thơ Trên Đóa Quỳ Vàng là tập thơ mới, lạ, chuyển hướng, bức phá, vượt thoát và sáng chói nhất,vì trong giai đoạn này, tác giả đã chứng tỏ một thái độ sống hết lòng với thơ, một cuộc làm người chung thủy với nhan sắc mới của vũ trụ thơ khai phá.

Chính vì vậy, lời và ý, vần và điệu trong thơ Hà Nguyên Du đã chuyển mình, phơi trải những hình ảnh mới với thể thơ theo hình thức mới.

PHAN NI TẤN

Danh ngôn

Một mình tôi không thể thay đổi thế giới, nhưng tôi có thể ném hòn đá lên mặt nước để tạo nhiều con sóng.

I alone cannot change the world, but I can cast a stone across the waters to create many ripples.

Mẹ Teresa

Người có trí tuệ thông minh bàn về **ý tưởng**, người có trí tuệ bình phàm bàn về **sự kiện**, người có trí tuệ yếu nhược bàn về ***con người***.

Strong minds discuss ideas, average minds discuss events, weak minds discuss people.

Socrates

DŨNG NGUYÊN
CUỐN VÀO CƠN LỐC

" Chào ông Hoàng Nguyên". Không đứng lên , Nghị sỹ Hoàng Phương vẫn ngồi chễm chệ trên chiếc ghế bọc da mềm có tựa lưng cao ngang đầu bên sau chiếc bàn bereaux màu huyết dụ. Ông vừa nói vừa đưa tay ra hiệu cho Hoàng Nguyên, một ký giả đặc trách nghị trường ngồi xuống một trong hai chiếc ghế trước mặt ông. " Ông Hoàng Nguyên, có lẽ ông đang thắc mắc, vì sao tôi lại mời ông đến dây ?" Nghị sỹ Hoàng Phương hỏi và nhìn thẳng mặt Hoàng Nguyên bằng đôi mắt híp rất sắc, với dáng người bệ vệ, trên gương mặt lốm đốm đồi mồi , hai gò má đổ phệ ra dáng oai nghiêm của một nhà lập pháp đầy quyền lực.

-Thưa Ngài Nghị sỹ - Hoàng Nguyên nói – thật bất ngờ sáng hôm nay khi tôi vừa đến TV thì người nữ thư ký của Ngài chuyển lời mời tôi đến gặp Ngài. Nếu Ngài cho phép tôi được suy đoán, thì lý do cuộc gặp gỡ này có lẽ không ngoài việc Ngài có ý mời tôi tháp tùng cùng Ngài trong phái đoàn Liên tôn mà Ngài đang dự định Tổ chức thăm viếng các Tôn giáo trong giai đoạn tiền bầu lại bán phần .

Ông đã đoán sai lý do của tôi rồi. - liết nhìn Hoàng Nguyên bằng cặp mắt không mấy thiện cảm – Ngài Nghị sỹ nói : Cái lý do tôi muốn gặp ông hôm nay, nó còn quan trọng hơn nhiều. Có lẽ ông đang cố tình tỏ ra như không hay biết. Tôi xin nói thẳng , lý do đó liên quan đến bài báo mà ông đã và đang viết nhằm bôi nhọ thanh danh tôi, một Nghị sỹ trong Hội đồng tuyển cử Trung ương. – Nghị sỹ Hoàng Phương vụt đứng lên, lách qua cạnh chiếc bàn trước mặt tiến lại trước mặt Hoàng Nguyên, đổi sắc mặt, ông nói : Ông có hiểu điều tôi muốn nói không ông nhà báo ? - Một phản ứng tự nhiên Hoàng Nguyên bật đứng dậy nhìn thẳng vào mặt Ngài Nghị sỹ, hỏi lại :

Thưa Ngài, thực sự tôi hoàn toàn không hiểu điều mà Ngài muốn nói . Có phải chăng có sự hiểu lầm nào đó mà tôi chưa được biết ? Xin Ngài hãy xem lại, đừng để vì một lý do nào đó làm cho sự hiểu lầm trở nên phức tạp . Vì giữa tôi và Ngài đang có mối giao hảo được xem là chân tình và tốt đẹp nhất từ lâu trong cơ quan Lập pháp này.

Trên gương mặt NS Hòang Phương hoàn toàn biến mất sự bình tỉnh. Đôi môi ông run run, trên gương mặt đỏ gay, rươm rướm mồ hôi trên trán, đôi mắt quầng thâm gờn gợn cơn giận dữ ! Bất thình lình tay trái ông đạp mạnh lên cạnh bàn, tay phải vói lấy tờ Nhật báo Thời Luận đã để sẵn liệng thẳng vào người Hoàng Nguyên vừa hét lớn :

Ông bảo bình tỉnh hã, bình tỉnh thế nào ? – Ngài Nghị sỹ thay đổi thái độ một cách bất ngờ - Hãy đọc đi. Ai đã viết bài báo này , không phải ông sao ? Cơn giận dữ lên đến cực độ, khiến lời lẽ của Ngài Nghị sỹ trở nên hằn học không còn lịch sự của một nhà Lập pháp thường thấy.

Vậy tôi phải đọc bài viết nào trong tờ báo này, thưa Ngài ? – Hoàng Nguyên hỏi lại một cách khó chịu -Ngài phải nói rõ lý do ! Hòang Nguyên mở tung tờ báo, lật qua lật lại rồi đưa lại cho Ngài Nghị sỹ với thái độ không vui.

Đọc cái bài chính ông viết đó. Chính ông đã lấy bút danh là "Người đãi Vàng" viết loạt bài " Điểm mặt Nghị sỹ đi và ở" , chứ còn ai nữa. Ông Hoàng Nguyên à. Ông khéo dấu mặt để dễ bôi nhọ thanh danh tôi – giọng ông run run không kiềm chế cơn tức giận. Tới lúc này Hoàng Nguyên cảm thấy mình đang rơi vào cái bẩy của Nghị sỹ Hoàng Phương.

- Thưa Ngài Nghị sỹ, Ngài nên xem lại, tôi không phải là ký giả của tờ báo đó và cũng không viết bài cho tờ báo mà Ngài đang nói đến bao giờ - Hoàng Nguyên nói một cách đoan chắc. Thực sự tôi không muốn Ngài có sự hiểu lầm tai hại như vậy. Vì tôi biết rất rõ, viết báo nhằm bôi nhọ người khác vô căn cứ là hành vi phạm pháp luật – Hoàng Nguyên cố giải bày.

- Người trong toà soạn của tờ báo Thời Luận đã cho tôi biết là chính ông. Tôi đã có đủ chứng cứ để truy tố ông ra trước pháp luật, cho ông nếm mùi tù tội. Đừng tránh né vô ích. Hãy nhận đi, nhận ngay tại đây, tại văn phòng này – giọng ông gay gắt và hận thù.

Một người làm báo chân chính, thưa Ngài Nghị sỹ, không ai dám tiết lộ tên thật của người viết loạt bài điều tra trên tờ báo mình đang cộng tác cho người ngoài biết. Ngoại trừ đứng trước tòa để xác minh một sự thật. Xin Nghị sỹ đừng tin vào họ chỉ làm tổn hại đến mối qua hệ giữa chúng ta – Hoàng Nguyên cố kiên nhẫn thuyết phục Ngài Nghị sỹ.

Bất thình lình NS Hòang Phương sát lại gần vung bàn tay hộ pháp của ông chộp lấy cổ áo Hoàng Nguyên, xách hỏng anh lên ! Hoàng Nguyên ở thế chơi vơi ! Anh bị kéo xệch lại bên hộc bàn,NS Hoàng Phương lấy ra một gói tiền rồi xổ tung lên mặt bàn. " Đây là bằng chứng "mày đến đây tống tiền tao". Ông la lớn như cố tình để cho phòng nhân viên bên ngoài nghe – một tay ông giữ chặt Hoàng Nguyên, tay kia ông nhấc điện thoại gọi cho một ai đó :

- Thưa Ngài Chủ tịch, tôi là NS Hoàng Phương. Kính trình lên Ngài, người viết báo bôi nhọ tôi – như tôi đã báo cáo lên Ngài – hiện đã đến văn phòng tôi hù dọa và tống tiền, tôi đang bắt giữ với đầy đủ tang chứng. Dạ, tôi đưa nó bằng tiền mặt, có ghi số series từng loại, thưa Ngài Chủ tịch.

Nghe tới đây, Hoàng Nguyên giựt mình nghĩ ngay về một âm mưu mà NS Hoàng Phương đang giàn dựng hại mình. Anh liền phản ứng tức thời. Anh vùng khỏi tay NS Phương tự té sấp xuống bàn và xô ngã những chồng hồ sơ trên bàn rơi xuống tạo thành tiếng va chạm mạnh, mục đích cho đầu dây bên kia nghe. Anh la thật lớn :

- NS Hoàng Phương đang vu khống, đánh người, hành hung ký giả ngay trong Cơ quan Lập pháp, xin đừng nghe lời ông ta. Xin đừng làm tổn hại thanh danh của Ngài - thực sự Hoàng Nguyên không biết rõ đầu dây bên kia là nhân vật nào ! VC

NS Hoàng Phương vẫn giữ chặt cổ áo Hoàng Nguyên, mặt ông đỏ gay cố kiềm chế không cho tạo ra tiếng xô xát lớn hơn sẽ gây sự tò mò cho đầu dây bên kia, ông nói :

- Thưa Ngài, như Ngài đã nghe qua điện thoại rồi đó. Nó rất hung hăng ! Trong bài báo mới nhất sáng nay, thưa Ngài nó bịa đặt ra nhiều tình tiết nhằm mục đích bôi nhọ cá nhân tôi, một Ủy viên Hội đồng Tuyển cử Trung ương dưới sự lãnh đạo của Ngài Chủ tịch. Vâng, tôi sẽ mời Đại tá Chánh võ phòng đến chứng kiến lập biên bản. Dạ, đơn thưa hành vi tống tiền của nó tôi sẽ nộp ngay tại Phòng Biện Lý như Ngài chỉ dẫn – ông ta nói với giọng tâng bốc của kẻ dưới…

***

10 phút sau , Đại tá Chánh Võ phòng bước vào , với bộ quân phục màu kaki vàng cao cấp, mang quân hàm 3 bông mai bạc trên hai cầu vai có viền đăng- ten chung quanh. Với tướng người quắc thước, to cao, có đôi mắt rất nghiêm dưới đôi chân mày đậm. Ông bắt tay NS Hoàng Phương theo phong cách của một sỹ quan cao cấp và hỏi :

Thưa Ngài Nghị sỹ, có vấn đề gì nghiêm trọng đang xảy ra ở đây hay sao ? – Đại tá liếc mắt nhìn qua Hoàng Nguyên đang bị kềm chặt hai vai trên ghế, ông hơi lắc đầu biểu lộ một chút bất bình.

Rất nghiêm trọng, thưa Đại tá ! – NS Phương trả lời và đưa tay mời Đại tá ngồi xuống ghế salon bên cạnh – Ngài Nghị sỹ nói : Ở đây đang có một vụ tống tiền mà tội phạm không ai khác – ông chỉ tay vào ký giả Hoàng Nguyên. Chính hắn thưa Đại tá. Tôi mời Đại tá đến đây – trong phạm vi an ninh của Đại tá để Đại tá đứng ra cho lập biên bản hành vi tống tiền với đầy đủ tang vật chứng – ông chỉ những tờ giấy bạc và những tờ báo Thời luận rơi tung toé trên bàn và dưới sàn nhà. Tất cả là chứng cứ pháp lý đủ để lập thủ tục truy tố đương sự trước tòa. Điều này theo sự chỉ đạo của Ngài Chủ tịch Hội đồng Tuyển cử Trung ương – ông nói với giọng điệu ngầm ý mượn quyền lục cấp cao gây áp lực Đại tá.

- Thưa Ngài Nghị sỹ - Đại tá nói – đây là một vấn đề vô cùng hệ trọng, chúng ta phải tiến hành đúng tiến trình pháp lý. Vì sự việc diễn ra trong Văn phòng TV – ông liếc mắt một cách kín đáo nhìn nhà báo Hoàng Nguyên, ngầm ý " đừng hiểu sai về thiện chí của tôi". Đại tá Chánh võ phòng hơi ngập ngừng nói tiếp : Đây là một vụ tống tiền ngay trong Văn phòng TV mà thủ phạm lại là một nhà báo đặc trách nghi trường thường trực tại TV. Theo tôi - Đại tá phát biểu một cách dè dặc – để tránh sự hiểu lầm gây đụng chạm tới báo giới, chúng ta nên mời Ông Chánh sự vụ Báo chí TV đến tham dự cuộc lập biên bản này cho nó chặt chẽ và khách quan hơn.

5 phút sau , ông Chánh sự vụ Báo chí đến. Nguyên ông là một nhà văn, một nhân vật rất có uy tín trên văn đàn và báo giới

đương thời, gõ cửa bước vào. Thấy ông Chánh Sự vụ, Hoàng Nguyên cúi đầu nói nhỏ "chào thầy" mà lòng anh thật xốn sang thương hại cho chính bản thân mình đã rơi vào cái bẩy mà anh quá ngây thơ không nhận ra trước khi nó sập xuống ! Khi bắt đầu vào việc Đại tá Chánh võ phòng và ông Chánh sự vụ Báo chí tỏ ra rất đăm chiêu, mỗi người như đang theo đuổi một ý nghĩ riêng mình. Bởi vì họ rất hiểu về nhân cách và mối quan hệ của Hoàng Nguyên, môt ký giả Nghị trường rất uy tin đối với giới báo chí tại TV. Riêng Đại tá Chánh võ phòng, là một quân nhân dứt khoát không để mình rơi vào cơn lốc chính trị này, dính vào sự mâu thuẫn với giới báo chí là điều mà ông nên tránh xa. Rõ ràng NS Phương đang đụng vào báo giới – Đại tá nghĩ như vậy. Ông Chánh sự vụ còn sâu sắc hơn . Với ông , nếu để NS Hoàng Phương lôi phòng Báo chí dính vào vụ này thì chắc chắn giới truyền thông sẽ không ủng hộ ông trong công tác tại TV trong năm tháng ông chưa chính thức nghĩ hưu. Nghĩ như vậy ông lên tiếng :

- Thưa Ngài Nghị sỹ , có phải chăng chúng ta đang tiến hành lập biên bản một tội danh hình sự, quả tang phạm pháp của ký giả Hoàng Nguyên, một ký giã Nghị trường. Một biên bản như vậy có đúng theo tiến trình pháp lý không ? Tôi muốn nghe ý kiến Ngài Nghị sỹ và Đại tá – ông Chánh sự vụ Báo chí hỏi và liết mắt nhìn Đại tá ngầm chờ ý kiến tán thành.

Thật ra – Đại tá Chánh võ phòng phát biểu một cách chậm rãi và nhấn mạnh từng lời. Với một biên bản thiết lập hành vi quả tang phạm pháp, một tội danh hình sự là thẩm quyền cơ quan Cảnh sát. Một biên bản mà chúng ta đang thực hiện mang tính hành chính, trong phạm vi TV. Vì vậy chúng ta phải thông qua Ông Tổng Quản trị TV nếu không chúng ta đang vượt quyền , trái với Nội qui của TV. Vì vậy, theo tôi – Đại tá Chánh võ phòng nói tiếp : Tốt nhất Ngài Nghị sỹ nên mời Cơ quan Cảnh sát K2, nơi tọa lạc của TV đến thụ lý vụ này mới đúng.

***

Ký giả Hoàng Nguyên được đưa từ TV về tới Cơ quan Cảnh sát K2 , trời vừa dịu nắng sau cơn mưa trước đó vài giờ, còn để lại vài vũng nước trước sân chưa ráo mặt . Theo lệnh của vị Chỉ huy trưởng , nhà báo Hoàng Nguyên được đưa đến phòng khách cơ quan để nghỉ ngơi chờ giờ làm việc . Làm sao nghỉ ngơi cho được chứ ! - Hoàng Nguyên thầm nghĩ. Tâm trạng anh lúc này rối như tơ vò, suy nghĩ mông lung, còn cơ thể thì ê ẩm mệt nhoài như cạn dần sinh lực ! Hoàng Nguyên thuộc dạng nhà báo "hơi còi", cao trên 1 mét 60, không phải típ người có sức chịu đựng. Ngay cả tự chăm sóc cho bản thân mình, với cái mã đẹp trai trời phú anh cũng lơ là nên trông anh như một gã nhà báo bụi đời. Mệt quá anh nằm dài trên bộ salon, đầu óc cứ nghĩ miên man nhiều thứ. Bất chợt anh lại nghĩ về Nguyệt, rồi gọi thầm tên nàng trong nỗi nhớ : " Nguyệt ơi, bây giờ em ở đâu !" Nguyệt là người yêu đầu đời của anh. Người con gái có nét đẹp thời xa xưa, ăn mặc rất đơn sơ , ngây thơ như một thiên thần đã hớp hồn anh ngay khi mới nhìn thấy nhau lần đầu tại tiệc cưới của bạn anh, khi hai người cùng ngồi chung bàn. Hôm đó, nàng liếc nhìn anh nhẹ nhàng và kín đáo như một luồng điện chạm vào trái tim anh cho anh một nguồn cảm xúc mãnh liệt mà anh chưa cảm nhận được bao giờ. Hình như nàng đã cười, một nụ cười e ấp khi ánh mắt nàng chạm vào mắt anh trong rung cảm thầm kín đầu đời của người con gái mà anh cảm nhận đuọc. Tình yêu đã bắt đầu từ đó. Nàng đã cho anh bằng cả một tình yêu tinh khiết, một thứ hạnh phúc ngọt ngào. Nhưng đã tẩm vào biết bao nỗi khổ đau trần tục !Anh nhớ lại hồi tuần trước,Nguyệt có gửi thư cho anh, nói đầu tuần này nàng sẽ lên Thành phố thăm anh trước khi đi nhận nhiệm sở mới. Đó là một trường trung học cấp hai, ở tận cùng đất nước. Anh nhớ lại lần trước đây, lần nàng vừa nhận bằng tốt nghiệp sư phạm đã cấp tốc lên thăm anh mà không hề báo trước. Anh hỏi tại sao. Nàng cười với nụ cười duyên dáng mà chỉ có anh mới nhận được trọn vẹn cái ngọt ngào và ý nghĩa của nó – chính đó là chất dinh dưỡng nuôi sống cho một cuộc tình đầy trắc trở của anh ! Nàng thỏ thẻ :

- Em muốn dành cho anh một sự ngạc nhiên với tất cả những gì có thể em mang đến anh, trong chuyến đi này. Nó vượt ra ngoài điều mà anh có thể tưởng tượng. Nàng lại chúm chím cười, cố che nghiêng nửa khuôn mặt rạng ngời vì sung sướng khi được ở bên nhau. Nếu em nói lần này em sẽ ở với anh luôn – nàng nói – anh có tin không ? –nàng nhìn anh như có ý thăm dò.

- Anh luôn tin em, và luôn rất vui khi em biết nói đùa. Anh luôn tin vào tình yêu của chúng ta. Dẫu biết rằng , chúng ta còn phải đấu tranh nhiều với chính gia đình em để anh được chấp nhận. Anh kéo Nguyệt sát vào ngực anh, hôn nhẹ lên mái tóc mượt mà ngát hương con gái.

- Thực sao anh ? Anh tin vào mẹ em và ngay cả những người trong dòng họ của em sao ? Những người trong dòng họ em tỏ ra quí mến anh vì họ biết anh là một nhà báo, làm phật lòng anh có ích gì ! – Nguyệt nói. Còn mẹ em, dưới mắt mẹ cái nghề làm báo của anh không đáng tin tưởng để trao gửi con gái của mình. Xin anh đừng buồn khi em phải nói ra điều này. Lâu nay em không muốn nói với anh về thành kiến cổ hủ của mẹ em đối với nghề làm báo của anh. Mẹ cho rằng đó là nghề "Nói láo ăn tiền", làm sao mà giàu có được chứ ? Cái thành kiến đó, làm sao gột rửa trong đầu mẹ em hã anh ? Nếu cuối cùng mẹ không gả em cho anh, chúng ta phải làm sao hở anh ? Cho nên, vì yêu anh em phải tự giải quyết và định đoạt tương lai của chính em. Đó là lý do em vội vả lên anh, nếu không, cơ hội sẽ mất, khó mà nắm bắt cơ hội nào khác ! - nàng nói một mạch như đã soạn trước. Em biết anh sẽ vô cùng đau khổ - nàng nói tiếp - khi biết được điều này, nhưng em không muốn anh cứ nuôi hoài ảo tưởng về gia đình em.

- Nguyệt nhất quyết không chịu quay về với mẹ, và người em gái mà nàng rất thương yêu, dù anh khuyên bảo thế nào. Nguyệt nói tiếp :

- Em đã nói rồi – nàng nhìn anh với ánh mắt khẩn cầu – em sẽ sống ở đây với anh. Chúng ta sẽ là một gia đình với đầy đủ ý nghĩa của nó trước mặt mọi người. Em tin rằng , sau này mẹ sẽ hiểu và chấp nhận chúng ta.

- Không được Nguyệt ơi ! – anh ôm chặt nàng vào lòng như sợ nàng biến mất. Anh không thể cướp đứa con gái yêu quí nhất của người mẹ, người đã hi sinh tuổi thanh xuân của đời mình khi chồng mất sớm đã ở vậy nuôi con. Anh xin em đừng nghi ngờ về lòng kiên trì thuyết phục của anh cho đến ngày mẹ phải chấp nhận anh như một chàng rể thực sự. Em phải nghe anh, về với mẹ đi em – anh nhìn Nguyệt với ánh mắt nài nỉ.

Hôm sau Nguyệt dậy thật sớm, hôn anh khi anh còn đang ngủ, nàng một mình ra bến xe trở lại với mẹ nàng.

Nghe tiếng gõ cửa, Hoàng Nguyên giựt mình. Một cán bộ vào mời anh lên phòng gặp Chỉ huy trưởng.Hoàng Nguyên nhìn đồng đúng 2 giờ 30 chiều.Anh nghĩ, vào giờ này các bạn anh – như thường lệ - đang tập trung tại trung tâm Báo chí. Chắc rằng những tin tức liên quan đến vụ anh bị hành hung tại TV sẽ được bạn bè anh đặt thành câu hỏi với Người phát ngôn. Rồi những tin tức đó ngày mai sẽ được loan truyền trên các mặt báo. Anh suy nghĩ, trên đường làm báo của anh làm sao tránh khỏi có kẻ thương người ghét, phe này phe nọ. Rồi câu chuyện của anh sẽ có người thêu dệt, xuyên tạc như một thứ trò cười, kể chuyện cho vui…! Bất chợt anh cảm thấy cô đơn và buồn hơn bao hết ! Đúng lúc , Trung tá Chỉ huy trưởng, người mà anh từng quen thân mở cửa mời anh vào với cái bắt tay thật chặt và mỉm cười trong ánh mắt châm chọc :

- Vào đi. Nắm đấm của Ngài Nghị sỹ vẫn còn đau phải không , ông nhà báo ? Với nụ cười thân thiện, ông kéo Hoàng Nguyên cùng ngồi xuống bên ông trên ghế salon.

Cảm ơn người bạn quí của tôi đã cho đàn em không còng tay tôi trước mặt Ngài Nghị sĩ dù ông ta quyết liệt yêu cầu mục đích làm nhục tôi tại Cơ quan lập pháp. – Hoàng Nguyên nói.

Trong nội vi TV – như ông đã biết – nhất là trong văn phòng của lão "Phệ" , đấu trí với Lão không dễ đâu. Mọi việc đã ổn rồi. Cái biên bản đó đừng quan tâm. Mấy phút trước đây Lão Phệ có gọi cho tôi – có lẽ có áp lực nào đó

- Lão cho biết đã rút đơn truy tố ông ở Phòng Biện Lý.

Ông ta yêu cầu tôi tìm cách giải quyết cho êm vụ nầy. Dù vậy tôi khuyên ông phải thận trọng , tránh xa cơn lốc chính trị trong giai đoạn này. Thôi, ông ra về đi, đừng đòi hỏi giấy tờ tạm tha gì cả, mà ông có tội gí mà tha. Nhớ về đừng viết báo lôi thôi liên quan tới tôi thì đừng nhìn mặt nhau đó nhé !

-Tôi biết rồi. Cảm ơn ông còn không hết – Rồi họ bắt tay nhau cười thân thiết. Hoàng Nguyên ra về.

***

Bóng chiều dần xuống, thành phố như tươi hẵn lên, sau

cái nóng bức của trưa hè vừa dịu xuống nhờ cơn mưa trước đó. Khoảng mười Phóng viên trẻ, trong đó đa số là bạn thân của Hoàng Nguyên đã chờ sẵn trước cổng Cơ quan Cảnh sát K2 để đón Hoàng Nguyên ngay khi anh vừa ra khỏi cổng, một phóng viên nói ngay :

- Anh Hoàng Nguyên, chúng tôi phải đưa anh về văn phòng ngay bây giờ, mấy anh lớn đang chờ anh.

- Có vấn đề gì vậy ? - Hoàng Nguyên ngạc nhiên hỏi.

- Tất cả mọi người đang lo cho anh. Vì vấn đề của anh bây giờ không còn đơn thuần là của cá nhân anh. – Hoàng Nguyên nhìn lại người vừa lên tiếng là Hoàng Phượng, một nữ ký giả duyên dáng từ Pháp về nước viết cho tờ Đuốc Việt cách đây một năm. Cô nói và nhìn anh với ánh mắt rất mềm, trong vắt như pha lê, rươm rướm một tình cảm chân thành.

- Trên đường về văn phòng. Qua những con đường thân quen, người qua kẻ lại, hình như mọi người dửng dưng như không hề hay biết những gì đang diễn ra giữa một xã hội đầy bất công và chèn ép lẫn nhau. Hoàng Nguyên cảm thấy chua chát và mỉa mai ! Ký giả Hoàng Phượng ngồi cùng xe với anh, mắt cứ nhìn lên má trái của anh, nơi có vài vết xây sát không đau lắm. Nhưng, hình như đang làm cho lòng cô cảm thấy xót xa…Một cách tự nhiên cô lấy năm ngón tay mềm mại, thon dài như búp măng thoa nhẹ lên vết trầy đó mà lòng đầy xúc động: "Có đau lắm không anh ?" – cô hỏi thật nhỏ vừa đủ anh nghe. Ôi, cái tình cảm bạn bè ấy - anh chỉ biết nghĩ vậy thôi – nó cũng đủ làm dịu đi phần nào nỗi cô đơn và phiền muộn trong anh ! Và cả giây phút anh cảm thấy bơ vơ giữa một xã hội mà anh cứ ngỡ rằng mình đang được bảo vệ mọi giá trị nhân bản và quyền sống của một nhà báo chân chính. Cũng có thể - anh nghĩ – chính cái lý tưởng tốt đẹp từ bấy lâu nay đó, đang xô anh xuống tận cái hố sâu của sự thất vọng, hay nói cách khác là sự tuyệt vọng của một con người đang ngụp lặn giữa bể đời không tìm được vật cứu sinh !

Về đến văn phòng đúng vào lúc thành phố vừa mới lên đèn, nhấp nháy như nghìn ánh mắt nhìn nhau vui cười sau một ngày hờ hững , bon chen trong cuộc mưu sinh. Bạn bè ào ra ôm lấy Hoàng Nguyên trong nỗi mừng vui như đi xa vừa gặp lại.

Anh em ký giả, phóng viên, những người trẻ đầy nhiệt huyết đến càng đông. Họ về đây cùng mục đích chia sẻ với Hoàng Nguyên, người đồng nghiệp thân thương luôn chân tình với bè bạn vừa gặp tai nạn nghề nghiệp. Và để bày tỏ thái độ chống lại sự bạo hành báo chí. Cuộc gặp gỡ mặc nhiên trở thành một cuộc hội thảo chính thức của người làm báo bằng những lời kêu gọi trong tinh thần đoàn kết đứng lên đấu tranh cho một mục tiêu chung. Theo đó, họ đưa ra đề nghị - như là điều cần thiết – phải thành lập một "Ủy ban Bảo vệ Quyền hành Ký giả" để bảo vệ chính đáng nghề nghiệp của mình trước sự đe dọa ngày càng gia tăng.

Đêm đó về tới nhà, suốt đêm Hoàng Nguyên không thể nào ngủ được. Anh có cảm tưởng như thành phố cũng thao thức cùng anh.Vừa chợp mắt, chập chờn ác mộng làm cho giấc ngủ không yên ! Đầu óc anh càng căng, ngổn ngang với biết bao suy nghĩ ! Anh tự thắc mắc, bình thường giác quan anh rất nhạy bén, ít nhiều cho anh linh cảm trước mọi diễn biến xảy ra trong cuộc sống. Thế mà lần này , trước một biến cố như vậy, anh không hề có linh cảm hay biểu hiện dấu hiệu khả nghi nào cả ! Hoàn toàn không ! Tại sao nó bình thường trước một tai họa thực sự to lớn như vậy, đến khi cái bẩy sập xuống rồi anh mới biết mình đã vướng !Anh không bao giờ nghĩ,lại có ngày NS Hoàng Phương xuống tay triệt hạ anh đến tàn tệ như thế. Gần ba năm qua tại TV , anh luôn luôn hổ trợ cho ông ta, từng phỏng vấn và lăng-xê ông ta trên phương tiện truyền thông, vậy mà bây giờ ông đã vạch cả một kế hoạch đưa anh vào tù nhằm làm nhục anh. Bất chợt anh rùng mình và nghĩ ngay đến một cơn lốc chính trị mà anh là một vật có tên là " nhà báo" đang bị rơi vào trung tâm cơn xoáy đó ! Nó đang nghiền nát anh. Vì vậy - anh nghĩ – không còn cách nào khác hơn là chính anh phải đứng lên tự bảo vệ cho chính mình. Để làm việc đó , anh phải cùng anh em đồng nghiệp xác quyết cho một cuộc đấu tranh để bảo vệ một nghề nghiệp mà mình đã xem là cao quí. Rồi anh lại nghĩ về Nguyệt. Giờ này không biết Nguyệt đang làm gì, có nhớ đến anh không ? Chắc rằng ngày mai Nguyệt sẽ đọc báo, sẽ biết những gì đang xảy ra với anh. Rồi nàng sẽ khóc và lo lắng cho anh. Còn mẹ nàng có cớ để chê bai và nhạo bán cái nghề làm báo của anh mà bà luôn cho rằng "chẳng có tương lai và đầy nguy hiểm". Ôi, nàng đang lẻ loi và cô đơn biết nhường nào ! Anh cảm thấy như hàng ngàn mũi kim đang đâm nát con tim anh, không thốt ra thành tiếng ! Anh lại lo sợ, vì quá nôn nóng Nguyệt lại lên đây, trong khi anh phải dành hết thời gian cho cuộc đấu tranh vừa mới bắt đầu thì làm sao anh chăm sóc cho nàng được ! Nhưng, chắc rằng mẹ nàng sẽ giữ nàng lại – anh tin như vậy. Vì bà là người biết lợi dụng tình thế, đây là dịp để bà tách Nguyệt ra khỏi anh mà không hao tâm tổn sức. Bổng dưng anh cảm thấy lo cho cuộc tình giữa anh và Nguyệt như có cái gì đó thật bất ổn cho tương lai ! Một cuộc tình với biết bao sóng gió, phải gắng hết sức đấu tranh mới giữ chặt lấy nhau. Nhưng đó là quá khứ, còn tương lai thì sao ! Thật mù mờ không lối thoát ! Mẹ nàng là mối đe dọa thường xuyên, vừa gần gũi như người mẹ nhân từ vừa là đầu mối gây chia rẽ giữa anh và Nguyệt không thương tiếc ! Mẹ nàng là người đàn bà thông minh và nhiều thủ đoạn – Nguyệt thường nói với anh như vậy. Bà là chủ một cửa hàng vàng bạc đá quí, nhưng thực chất, bà đang điều hành một đường dây cho vay nặng lãi. Nguyệt thường cảnh báo anh " không được ngủ quên trên chiến thắng", trước mẹ nàng. Bà bao giờ cũng có cái nhìn không mấy thiện cảm với anh, với nghề làm báo. Bà từng nhận xét anh chỉ là hạng người sống sinh bất phùng thời :" Làm chính trị thì chẳng phù hợp còn làm kinh doanh thì chẳng ra chi". Vậy mà con gái bà lại yêu một cách say đắm với hạng đàn ông này!

****

Sau một tuần lễ đấu tranh của báo giới, hôm qua cuộc đấu tranh đã kết thúc mà phần thắng thuộc về giới nhà báo. Đây là một vinh dự dành riêng cho nhà báo Hoàng Nguyên. Đêm nay Hoàng Nguyên mới có một giấc ngủ yên bình sau một tuần lễ bận rộn và đầy căng thẳng vì những cuộc xuống đường và những đêm không ngủ cùng đồng nghiệp. Nhưng rồi những bước chân vội vã và tiếng xe xích lô đạp cút kít siết trên mặt con hẽm như tiếng gọi nhau của người Lao động từ trong xóm Tắm ngựa kéo dài ra đầu hẽm, làm mất đi sự tĩnh lặng của đêm dài khi thời gian chỉ mới 3 giờ 30 sáng. Nhịp sống trong hẻm lao động là như thế. Hoàng Nguyên cũng đã quen. Anh dậy nhưng chưa rời khỏi giường. Bây giờ anh mới tin chắc rằng, cái biến cố khủng khiếp trong đời anh

-18-

đã qua. Và hình như anh đã chiến thắng thực sự. Một cuộc chiến thắng cũng chẳng vẻ vang gì khi mà người thua cuộc chỉ đứng trước mọi người cúi đầu xin lỗi anh. Đối với anh, giờ đây chiến thắng đó chỉ còn lại trong anh một kỷ niệm khó quên trong đời. Qua đó, cho anh thấy được tình bạn, tình đồng nghiệp nó sâu sắc và cao quí đến nhường nào. Cũng có lúc, nó cho anh một cảm nhận sự thỏa mãn của người thắng cuộc nhưng lại mơ hồ trong tình cảm con người ! Rồi anh lại nghĩ về Nguyệt với biết bao mong nhớ ! Theo điện tín của Nguyệt cho biết, hai ngày nữa sẽ lên thăm anh. Lòng anh thật quá nôn nao với biết bao khao khát ngọt ngào trong giây phút đó – giây phút gặp lại nàng. Bây giờ, có lẽ Nguyệt đã đọc báo và biết được cuộc đấu tranh của anh đã kết thúc mà phần thắng thuộc về anh. Chắc nàng vui lắm. Biết đâu lần này lên đây, Nguyệt ở lại với anh. Hơn bao giờ hết anh lại thấy rất vui khi nghĩ đến điều này. Có thể đó chính là giải pháp tốt nhất cho cuộc đời anh – Hoàng Nguyên tự mĩm cười một cách hài lòng.

***

Năm hôm sau , Nguyệt vẫn chưa lên như đã báo trước. Hoàng Nguyên có linh cảm bất an. Anh cảm thấy lo lo, như có điều gì bất thường đang xảy ra. Rồi người đưa thư đến, đưa cho anh một bức thư hỏa tốt từ Nguyệt. Tay anh hơi run nhận lấy bức thư với dòng chữ thân yêu quen thuộc, vội vã mở ra, bức thư viết :

-19-

"Anh thương yêu của em. Em biết mấy ngày nay anh đang trông chờ em! Có lẽ anh rất ngạc nhiên khi nhận bức thư này và vô cùng đau khổ khi đọc nó. Xin anh hãy hiểu rằng , em còn đau khổ hơn anh, vì em là người con gái đã quá yêu anh, đã từng có ý định bỏ nhà đi theo anh mà anh không chấp nhận ! Anh biết không, suốt trong thời gian qua, những ngày tranh đấu gian khổ của anh là những ngày em sống trong lo âu phiền muộn, không có lấy một nụ cười với những người thân bên cạnh ! Đó là lúc em cảm thấy căm ghét cái xã hội đầy bất công và những con người ác tâm đang đối xử tệ bạc với anh. Rồi những lúc một mình, em chỉ biết khóc thật nhiều và xem đó như là cách duy nhất có thể chia sẻ với anh phần nào, để cho anh bớt cô đơn khi còn biết rằng "ta còn luôn có nhau". Vậy mà giờ đây em lại sắp nói ra đây những lời mà đúng ra em không nên nói. Vì nó sẽ giết chết tình yêu chúng ta, một tình yêu mà em luôn tôn thờ ! Anh ơi, "em không thể nào đến thăm anh được như đã hứa. " Xin anh hãy tha lỗi cho em ! Anh biết không, em vô cùng đau khổ mới có được quyết định này. Em biết, khi không lên thăm anh là em tự giết chết con tim em từ đây và mãi mãi ! Nguyên nhân em không đến với anh trong lúc này, vì em không đủ sức lực và sự chịu đựng cùng anh đấu tranh với mẹ em để giành lấy sự chấp nhận của bà đối với anh – vì điều này sẽ không bao giờ xảy ra. Trong khi anh không đủ bản lãnh cùng em tự mình xây dựng một gia đình mà không cần tới sự thừa nhận của mẹ em. Em không thể nào cầm được nước mắt khi viết những dòng này cho anh ! Xin anh hãy tha lỗi cho em ! Và hãy đổ tất cả sự trái ngang này, nỗi đau khổ này, của chúng ta cho định mệnh ! Để chúng ta còn có thể sống tiếp mà không oán trách và giận hờn gì nhau và luôn giữ trọn trong tim mình một tình yêu bất hạnh suốt

-20-

đời ! Đó là lý do em viết thư này. Và xin anh hãy xem đây là lời chia tay trong đau khổ của em, cho một cuộc tình của một người con gái yêu anh ! Xin vĩnh biệt anh! Em Nguyệt, người con gái bất hạnh !"

Đọc xong bức thư, Hoàng Nguyên từ từ xếp bức thư lại một cách ngay ngắn và kẹp nó vào quyển sách cầm tay. Hình như anh không còn cảm giác để phân biệt buồn vui trong lúc này khi lòng anh hoàn toàn khô héo, không còn sức sống !/

DŨNG NGUYÊN

LƯƠNG THIẾU VĂN

CẢM NHẬN TẬP TRUYỆN NGẮN "VỆT SÁNG CỦA BỤI" CỦA LÊ QUANG TRẠNG

NHỮNG MẢNH ĐỜI BƯỚC RA TỪ TRONG "VỆT SÁNG CỦA BỤI"

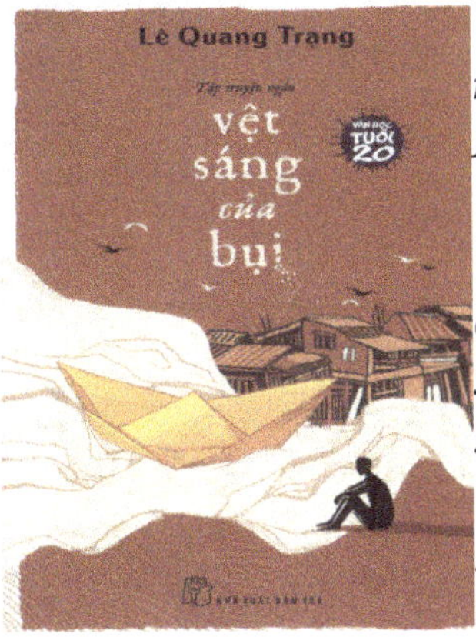

Lê Quang Trạng sinh năm 1996 ở Mỹ Luông, TP. Long Xuyên, An Giang; hội viên Hội VHNT An Giang, Hội Nhà Văn Việt Nam. Anh viết văn từ lúc còn học cấp II, năm 20 tuổi đã xuất bản tập truyện ngắn Dòng sông không trôi (NXB Văn hóa-Văn nghệ). Liên tiếp hai năm sau đó là tập thơ Áp tai vào đất (NXB Hội Nhà văn, 2017) và truyện dài Thủ lĩnh băng vịt đồng (NXB Kim Đồng 2018).

Trong quá trình sáng tác, Lê Quang Trạng đã đoạt rất nhiều giải thưởng văn học: Giải Tư cuộc vận động sáng tác Văn học nghệ thuật của Bộ Quốc phòng năm 2017, Giải Tư cuộc thi truyện ngắn tạp chí Văn nghệ Quân đội 2018 – 2019, Giải Tư cuộc thi truyện ngắn báo Văn nghệ 2015 – 2017, Giải thưởng Tác giả trẻ của Ủy ban toàn quốc Liên hiệp các Hội Văn học nghệ thuật Việt Nam, năm 2016, Giải A – Giải thưởng Văn học nghệ thuật Huỳnh Văn Nghệ lần thứ VI, 2016-2020…

*

Là một người yêu văn học, tôi đã theo dõi cuộc thi Văn Học Tuổi 20 từ khi nó bắt đầu được khởi động cho đến khi kết thúc giải. Vui trong cái vui được đọc những tác phẩm hay từ cuộc thi nên tôi cũng có cùng một suy nghĩ với ban tổ chức giải về mục đích: *Cái được lớn nhất của Văn Học Trẻ 20 chính là sự phát hiện, đánh thức, gọi tên một lực lượng sáng tác trẻ, góp cho văn đàn một tài sản có ý nghĩa.*

Ngày 24/5/2022 tại NXB Trẻ Tp.HCM, giải thưởng Văn Học Tuổi 20(VHT 20) lần7 với chủ đề "Tuổi 20 hôm nay – cuộc sống và góc nhìn" được công bố và trao giải. Giải thưởng lần thứ 7 nầy bài dự thi có số lượng nhiều nhất: 511 tác phẩm, các tác giả dự thi nhìn chung đa số ở lứa tuổi 9X. Có thể nói đây là một kỳ giải hết sức đặc biệt, hai năm 2020, 2021 đất nước trải một cơn đại dịch kinh hoàng, ảnh hưởng rất nhiều về mọi mặt trong đời sống xã hội, kinh tế, chính trị... nhưng cũng phải nói chính những biến chuyển dữ dội ấy đã tạo nên một sức bật mạnh mẽ làm thay đổi nhận thức cũng như phương pháp sáng tác của người viết sao cho phù hợp với cuộc sống đang từng ngày thay đổi. Đúng như nhận xét của ông Nguyễn Thành Nam – Tổng biên tập nhà xuất bản Trẻ - *Các tác phẩm đoạt giải đã phản ánh phần lớn cuộc sống và quan tâm của tuổi 20 hôm nay. Đó là cuộc sống khi đi du học hay sinh sống nơi đất khách, phải nỗ lực vươn lên; Trách nhiệm của người trẻ trước cuộc sống và xã hội; Vấn đề môi trường, chữa lành tâm lý; Những thân phận dưới đáy xã hội, áp lực của cuộc sống công sở, hay cuộc mưu sinh nơi thành thị. Tất cả được các tác giả thể hiện qua lối viết khá đa dạng, chỉn chu, mới mẻ và hiện đại.*

Ông Nam còn nhận xét: *Đây là năm liên tiếp giải thưởng Văn học tuổi 20 không có tác phẩm được trao giải nhất cho cuộc thi. Không có giải nhất không có nghĩa là không có tác phẩm chưa xứng tầm mà theo tôi nghĩ chưa bắt kịp những chuyển biến lớn lao của cuộc sống hiện đại xung quanh và chúng ta có quyền hy vọng trong giải thưởng VHT 20 lần tới sẽ có tác phẩm, tác giả được vinh danh. Hai giải nhì được trao cho 2 tác phẩm:Vụn ký ức (tác giả Yang Phan), Nửa lời chưa nói (tác giả Duy Ân); Giải ba thuộc về 2 tác phẩm: Vệt sáng của bụi (Lê Quang Trạng), Chuồng cọp trên cao (Nguyễn Thu Hằng); Giải tư có 3 tác phẩm: Có thú dữ trong thành phố (Nguyên Nguyên), Bảy bảy bốn chín (Hoàng Công Danh), Chopin biến mất (Hiền Trang).*

*

Nói theo Duy Ân, một tác giả nữ trẻ được giải thưởng văn

học tuổi 20 lần nầy *"Mỗi truyện ngắn đều ẩn chứa một thông điệp riêng...Mỗi độc giả có lẽ sẽ có những cách hiểu khác nhau, có thể trùng với thông điệp ban đầu của mình, có lẽ không. Nhưng điều đó không sao cả, mình nghĩ rằng khi đến với văn chương cả người đọc lẫn người viết đều cần có không gian riêng của bản thân"*, nên lời tâm sự của Lê Quang Trạng khi viết tập truyện ngắn nầy: *"Tập truyện nầy ra đời vào những ngày phập phồng trong tâm dịch. Bên tiếng còi hú, bàn phím và tiếng con khóc cười vẫn đủ sức lay động những câu chuyện hiện ra như một vệt sáng, thắp lên niềm thôi thúc và hy vọng. Như một thế giới khác, cõi chữ đã giúp tôi tái tạo chính mình."* Có thể mở ra cho chúng ta một cánh cửa tuy hẹp nhưng cũng đủ để bước vào những câu chuyện kể của anh.

Lê Quang Trạng góp mặt vào Giải thưởng Văn học Tuổi 20 lần VII với tập truyện ngắn *Vệt sáng của bụi.* Trong số các tác phẩm được chọn vào chung khảo và là một trong những tác phẩm hiếm hoi viết về phận người miền Tây sông nước, vùng đất nơi anh sinh ra và lớn lên. Tập truyện ngắn chỉ có 10 truyện ngắn nhỏ nhưng mỗi truyện lại có một dấu ấn, một đường đi riêng của nó đến với độc giả, nó phản ánh một hiện thực trong đời sống đương đại chúng ta khá chân thực gần gũi, hướng chúng ta trong cuộc hành trình tìm kiếm giá trị nhân bản cho mọi người và cho chính bản thân mình.

Hãy nghe Lê Quang Trạng nói về tác phẩm của mình: *"Tôi vẫn thấy miền đất này luôn chứa đựng rất nhiều điều tôi có thể khai thác tiếp, nên suốt thời gian qua, tôi luôn bám lấy mảnh đất đồng bằng để viết. Tôi thu nhận chất liệu từ nhiều yếu tố, từ trong những chuyến đi trải nghiệm, từ cuộc sống xung quanh, từ những trang viết mình đọc được. Đi, đọc, gặp gỡ vừa để tích trữ kiến thức nhưng đôi khi cũng vừa thu nhận cảm xúc. Khi có đủ kiến thức và cảm xúc, tôi sẽ viết ra tác phẩm"*.

*

Ở *Men Người* cuộc sống của đôi vợ chồng trẻ ngay từ đầu đã khập khểnh báo hiệu sóng gió sẽ ập đến những ngày sau đó *"nên anh ruột Nương đã quyết liệt can ngăn ngay sau bữa giáp lời"*, chồng suốt ngày khề khà trong men rượu, lòng luôn bất an khi cả hai nghĩ mình là nguyên nhân của sự vô sinh, cái sinh linh nhỏ nhoi là sợi dây gắn kết gia đình chưa bao giờ tồn tại để cuối cùng rồi thì *"Nương vừa mới phát hiện đứa nhỏ đã làm ổ trong bụng chị...Chắc là, đứa nhỏ đứng đợi từ lâu, nó chui tọt vào Nương nhờ một kẽ hở giữa lúc chuyển giao thời khắc tỉnh-say của chồng"*. Cái mơ ước từ lâu của cặp vợ chồng hiếm muộn và cũng là cái nguyên nhân của những trận nhậu "tơi bời hoa lá" nhưng *"- Không biết anh có kịp thấy mặt con không" Niềm hạnh phúc xen lẫn nỗi đau mất chồng đã làm Nương cảm thấy mình bất lực"*.

Còn trong *Rượu của má* ta bắt gặp một tình cảnh khác không biết có cười ra nước mắt được không. Thằng Hậu thất tình buồn như xác chết trôi sông, thấy bà má nhậu mỗi ngày đến lết bánh bất chợt lại muốn tham gia *"Má muốn nhậu nữa, thì con sẽ mua rượu nhậu cùng"*. Cuộc nhậu triền miên giữa hai má con Hậu cũng đến hồi kết thúc sau một trận nhậu kinh hoàng: *"...Sau đợt đó thấy ngượng quá, nên hai má con không rũ nhau nhậu nữa. Căn bệnh mất ngủ dần mất đi từ hồi bà già tin rằng, bỏ rượu, đêm đêm trì Chú Đại bi sẽ giảm trừ nghiệp chướng, thằng con sẽ bớt nỗi đâu thất tình, không còn nhậu nhẹt quậy phá, chí thú làm ăn."*

Lòng tham làm con người ta trở nên mù quáng tham lam ích kỷ, họ xới tung tất cả để tìm cổ vật, vàng bạc, đá quí. Hoàn là một trong số đó để rồi khi tưởng vận may đã đến với mình tất cả đều sụp đổ: *"Thời tiết Óc eo năm đó lạ ghê, bước tới thì nắng mà sau lưng thì mưa, những hạt nước vừa chạm đất là bốc khói, chỉ còn duy nhất một vệt tròn đọng lại trên đường bụi sắp lấp đi*, phải chăng đó là vệt sáng của bụi vừa lóe lên rồi lụi tàn giống như lòng tham của con người tàn phá thiên nhiên di tích không thương tiếc để đổi lấy sự phù phiếm giàu sang mà kết quả là một con số không *(Giấc mộng vàng)*

Đôi vợ chồng già không con, lênh đênh với chiếc ghe hàng rày đây may đó, khát khao được nghe một lần tiếng khóc trẻ thơ cho ấm lòng hiu quạnh rồi bỗng dưng tự nhiên "nhặt" được thằng bé khi mẹ nó cố tình dứt bỏ - *"Thằng bé bị bỏ lại như một cây khô bên vệ đường, tiếng nói tiếng cười của nó bỗng làm cho hạt mầm "gia đình" nằm yên khô bao năm chợt bắt đầu cọ mình tách vỏ, những mảnh đời lang bạt trên chiếc ghe hàng bé nhỏ bỗng dưng gắn bó thân thiết, điểm xuyết cho cái không gian mênh mông xám xịt mưa gió một niềm vui vì có một bông hoa dại vừa trôi vừa nở chăng"*(Hoa của dòng sông)

Rồi những câu chuyện cứ tiếp nối nhau: Ước mơ đổi đời với những mưu tính thiệt hơn trong cuộc hôn nhân xuyên biên giới giữa một cô gái Việt với ông già Tàu 80 tuổi khi đồng tiền đóng vai trò quyết định trong *Nhái vượt vũ môn* với một kết thúc ngoài dự định, Rồi Tuyết trong lửa, Nối lại sợi chỉ tay đã đứt, Vệt sáng của bụi... mỗi câu chuyện lại hiện lên một mảnh đời, một số phận của ai đó thấm đẫm niềm vui hay nỗi buồn nhưng chắc chắn buồn nhiều hơn vui và neo lại trong lòng người đọc một cảm giác mơ hồ như một vệt sáng lấp lánh từng hạt bụi tinh khôi đến bất ngờ.

*

Trương Anh Quốc khi viết về Lê Quang Trạng có nhận định khá chính xác về sự thành công của tác giả trẻ nầy: " *Lê Quang Trạng chịu khó tìm hiểu tường tận vấn đề, viết già dặn hơn so với tuổi của mình. Anh sớm ý thức và nghiêm cẩn với nghề văn. Cách đây gần chục năm, khi về An Giang, tình cờ được Lê Quang Trạng dắt đi vãn cảnh nhiều nơi, chúng tôi vô cùng ngạc nhiên về sự am hiểu văn hóa và kiến thức lịch sử của một cậu sinh viên năm thứ hai lại giỏi đến như vậy. Nay anh làm ở Sở văn hóa thể thao và du lịch tỉnh nhà, công việc nhất định sẽ chắp cánh cho việc viết của anh thêm thăng hoa*".

Cát Đằng trong bài *"Hy vọng từ Vệt sáng của bụi"* đăng trên báo Cần Thơ ngày 19/06/2022 cũng có nhận xét: *"10 truyện ngắn trong tuyển tập tuy không nhiều nhưng đủ neo vào lòng người đọc về những phận người nhỏ bé như những hạt cát giữa phù sa của miền Tây sông nước.*

Ở đó, có những gia đình mang nặng nỗi buồn hiếm muộn,

thiếu vắng tiếng cười nói của trẻ thơ. Để rồi, bi kịch cứ thế kéo đến ở trọ trong những mái nhà thiếu hơi ấm ấy. Người khổ vì chồng nát rượu vũ phu, kẻ đau vì chồng phản bội, người tìm quên qua đời thương hồ rày đây mai đó... Nhưng họ chưa bao giờ mất đi niềm tin và hy vọng vào tương lai, vào những điều tốt đẹp, nên vẫn cố gắng sống tốt, níu giữ gia đình nhỏ bé, dẫu có mong manh. Để rồi cuối cùng, cuộc đời cũng mỉm cười với họ, gieo một mầm sống trong Nương trong (truyện "Men người"); mang đến cho vợ chồng trung niên một đứa trẻ bị mẹ bỏ rơi (truyện "Hoa của dòng sông"); hay thức tỉnh người mẹ nghiện rượu để làm gương cho đứa con nuôi (trong "Rượu của má")".

Chúng ta có thể cảm nhận được thông điệp mà Lê Quang Trạng muốn gởi gắm qua tập truyện ngắn nầy với "Vệt sáng của bụi", tên một truyện ngắn cũng được Lê Quang Trạng lấy đặt tên chung cho cả tập truyện: *"Lòng tốt còn cả khi mọi thứ hóa thành tro. Những hạt tro lấp lánh như đom đóm. Một chút thôi cũng thắp sáng được mắt người!"*. Trên bước hành trình khám phá vùng đất văn chương còn nhiều gập ghềnh trắc trở nhưng ẩn giấu nhiều phù sa màu mỡ biết đâu Lê Quang Trạng sẽ tìm ra những chất liệu cần thiết cho những tác phẩm dài hơi cho riêng mình?

Sài Gòn, bên bờ Kênh Tẻ, tháng 5-2024
LƯƠNG THIẾU VĂN

Tham khảo:
Hy vọng từ "Vệt sáng của bụi" của Cát Đằng
Kết nối văn hóa đọc: Bức tranh hiện thực miền Tây Nam Bộ của Đỗ Thị Thanh Thảo

LÊ HỮU MINH TOÁN

SAU ĐÊM DIỄN KỊCH

Ta, một đêm
với hậu trường sân khấu
Chở men buồn bay về đậu bờ tim
Dáng đau xưa quen mặt đến vây hồn
Như những đêm sau hậu trường xứ Huế

Ta sợ lắm
những âm thanh vỡ vụn
của lời ca tiếng nói mắt môi cười
Dư vang xa hoài đọng về trí tưởng
Giọt buồn tênh rả rích nhịp đều rơi.

Đêm, nửa đêm
ta trở mình thức giấc
Đếm sao khuya mòn mỏi khóc trên trời
Sân khấu hờn, nằm trơ vơ đơn độc
Phấn son nào còn sót lại, người ơi!

Mắt ta ướt
hay sương khuya ướt lạnh
Mà nghe cay, trái đắng rụng trên cao
Mà nghe buồn, vạn nỗi sầu mọc nhánh
Chút dư hương hoài ám ảnh ngọt ngào …

Thoại kịch còn đây:
EZOP- EZOP, và SANTUS, KLENA. AGANATUS
Ta gởi hồn trong tiếng kêu xót xa
" NGƯỜI NÔ LỆ," một đời ta nhớ hết

Như ngày xưa,
trong ABARAHAM
Ta trân trôi nhìn con IZAAC
Và " LÊN ĐƯỜNG ", kịch thơ đầy nước mắt
Rồi bâng khuân khi màn khép đêm tàn

Giờ đối diện
với phông màn xô lệch
Với amply đèn sáng chất ngổn ngang
Cơn mệt mỏi rả rời dồn lên mắt
Phút hăng say nhộn nhịp tắt trong hồn

Trót yêu mê
ánh đèn màu sân khấu
Nên ta buồn, đêm diễn kịch tiêu hao
Và khiêm cung với tháp ngà ẩn náu
Thôi người ơi, xin cúi mặt vẫy chào…!!!

@ LÊ HỮU MINH TOÁN.
(Một thoáng nhớ về kỷ niệm xưa)

PHẠM PHÚ PHONG

GIỚI THIỆU "VỀ MIỀN DI SẢN" CỦA HUỲNH VIẾT TƯ

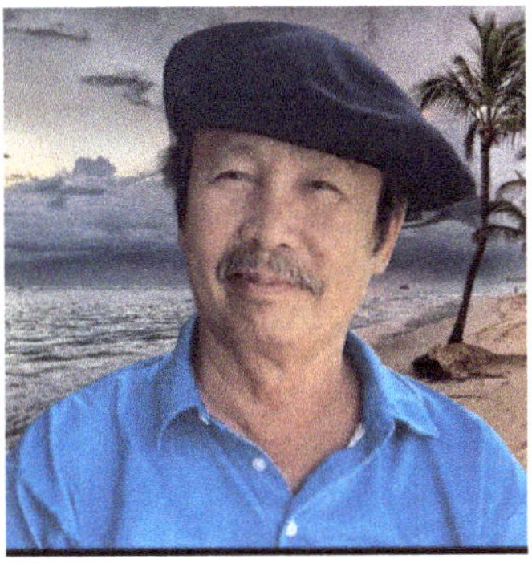

Tựa đề rất "mộc" của cuốn sách này, cho thấy tác giả muốn làm người dẫn đường, để đưa chân bạn đọc Về miền di sản Hội An, nơi đã sớm được UNESCO công nhận là Di sản văn hóa thế giới (1999).

Đã có không ít công trình nghiên cứu của các học giả các chuyên gia về đô thị cổ Hội An, nhất là từ sau khi Hội An được công nhận là Di sản văn hóa thế giới. Nhưng công trình này của Huỳnh Viết Tư đã đặt di sản Hội An trong bối cảnh lịch đại và gắn bó mật thiết với toàn bộ thế giới tự nhiên, sinh thái, đời sống xã hội có tính cách đồng đại. Có thể dễ nhận ra tâm ý của tác giả là, không có gì chói sáng mà tồn tại độc lập hoặc đơn độc, mà luôn có sự cộng hưởng, chi phối, tạo dựng của nhiều thành tố, với nhiều sắc tố lấp lánh hội tụ, giao thoa và lan tỏa, làm nên sự độc sáng của chân trời ở một miền di sản.

Với độ dày gần 1.000 trang, ngoài phần mở đầu *Nghiên cứu ứng dụng văn hóa – văn nghệ dân gian trong xã hội đương đại,* sách gồm có 4 chương, kèm hình ảnh minh họa: Đầu tiên, người viết giới thiệu về *Không gian địa lý – lịch sử - văn hóa,* rồi đến *Văn hóa – văn nghệ dân gian.* Về các làng nghề, tác giả trình bày *Tổng quan về những làng nghề truyền thống* trước khi đi sâu vào khảo tả *Những làng nghề truyền thống nổi tiếng.* Rồi mở rộng tầm nhìn ra xa ngoài biển cả, người viết khái lược *Tổng quan về Cù lao Chàm* nổi tiếng, trước khi ghi lại *Ký sự điền dã,* đến *Những làng nghề truyền thống tại Cù lao Chàm, Khu bảo tồn biển,* rồi kết thúc ở phần *Kết luận.* Vậy là, Hội An không chỉ có đô thị cổ cần được gìn giữ, bảo lưu và tôn tạo, mà còn có cả những truyền thống đặc sắc về văn hóa – văn nghệ, các làng nghề và đặc điểm sinh thái của cả Hội An đất liền, lẫn Hội An biển. Điều đó giải thích vì sao Hội An trở thành quầng sáng hội tụ và lan tỏa, được sự quan tâm của cả thế giới, trong thời buổi cả nước ta đang trong tiến trình giao lưu và hội nhập.

Những gì kiến tạo nên hệ hình và nội dung của *Về miền di sản,* thật khó kiểm chứng về giá trị học thuật, nhưng trong cảm nhận chủ quan của tôi, Huỳnh Viết Tư có lẽ là người không chỉ đủ tư cách phát ngôn về Hội An, mà còn là một trong những người phát ngôn đầy đủ nhất. Anh không chỉ là người chịu khó điền giả, lắng nghe tiếng nói từ đời sống, từ quá khứ, mà còn chịu khó đọc sách, sưu tập tài liệu từ mạng internet, nên vấn đề nào được anh đề cập đến, đều được anh đi đến tận cùng của bản thể một cách tỉ mỉ và rõ ràng, mạch lạc. Ví như, khi viết về *Nghề trồng cây bắp nếp ở Cẩm Nam,* ngoài việc giới thiệu một cách khái quát, người viết trình bày *Quy trình sản xuất* rồi đi đến giới thiệu *Các thực phẩm chế biến từ trái bắp nếp* như bắp nấu, bắp nướng, bắp rang, bắp xào, bắp ngào, chè bắp, chả bắp, lớ bắp, cùi bắp, râu bắp và cuối cùng mới nói đến việc *Bảo tồn và phát triển nghề trồng cây bắp nếp...* Ở bất kỳ mục nào, hiện tượng, sự vật hoặc vấn đề gì, cũng đều được anh phân tích, lý giải một cách cặn kẽ và có kèm theo hình ảnh minh họa rõ ràng.

Huỳnh Viết Tư là kỹ sư cơ khí chế tạo máy và là cử nhân kinh tế chuyên ngành Quản trị Dự án, nguyên là Giám đốc Trung tâm đào tạo và giới thiệu việc làm các khu công nghiệp thành phố Đà Nẵng, nhưng lại không chịu "thủ phận" đi theo đường quang mà cứ thích đâm quàng bụi rậm, mon men vào lãnh địa văn chương nghệ thuật. Anh là tác giả của các tập thơ *Biển, Em và dòng sông* (1995), *Mật đời* (2009); các tập truyện ngắn và tùy bút *Nơi ấy, tôi gửi lại một tình yêu* (2013), *Sông vẫn chảy trong tôi* (2016), *Không như giọt sương* (2018), *Phù sa Thu Bồn* (2019), kịch bản văn học *Suối Tình* và đĩa CD âm nhạc *Giai điệu Thuận Tình* (youtube), nay lại bước sang lĩnh vực nghiên cứu văn hóa – văn nghệ dân gian, địa chí. Tôi nói có thêm địa chí, bởi lẽ, trong *Về miền di sản* không chỉ có chất liệu văn hóa – văn nghệ có ngọn nguồn vô tận từ dân gian, mà còn cuồn cuộn chất bền của địa chí / du khảo đầy ấm nóng của một tâm hồn nghệ sĩ.

Như tác giả đã công khai trong *Lời tác giả* đặt ở đầu sách, rằng đây là tập sách anh dùng kiến thức liên ngành để viết về nơi chôn nhau cắt rốn của mình, theo cảm thức của riêng mình, nên nơi này, nơi khác người đọc khó tính có thể bắt bẻ về câu chữ, ngôn từ. Nhưng không nên quá đòi hỏi vào một người được đào tạo theo các chuyên ngành khoa học tự nhiên, nên chấp nhận lối viết "theo cách không giống ai" như tác giả đã rào đón. Tôi tin rằng, cuốn sách này sẽ làm thỏa mãn những người quan tâm đến Hội An khi tiếp cận một trữ lượng kiến thức phong phú và đa dạng về vùng đất, con người của nơi có chiều sâu những vỉa tầng văn hóa - lịch sử, nơi đã từng giao thoa nhiều sắc thái văn hóa của nhiều dân tộc như Chăm - Việt - Hoa - Nhật.

Vậy nên, *Về miền di sản* như là diễn đàn chia sẻ thông tin, ngoài công bố kết quả nghiên cứu, tác giả đã nghiên cứu phát triển khi đề cập đến các ngành công nghiệp sản xuất ra các sản phẩm mang tính nghệ thuật và sáng tạo, có bản chất vật thể hoặc phi vật thể như thông qua khai thác những giá trị văn hóa để đưa lên sân khấu, điện ảnh… Đây là những sản phẩm và dịch vụ có tính trí tuệ, có ý nghĩa xã hội và văn hóa, có tính giải trí cao nên thu hút nhiều đối tượng bạn đọc và xem, qua đó văn hóa, văn nghệ dân gian được phổ biến rộng rãi, thu về những nguồn lợi kinh tế đáng kể.

Về các lĩnh vực khoa học liên ngành, công nghiệp văn hóa, sáng tạo và nghệ thuật trong cộng đồng các nhà khoa học ở trong và ngoài nước; có mục tiêu hỗ trợ và thúc đẩy các hoạt động đào tạo, tăng cường đối thoại, góp phần tư vấn chính sách, phát triển có trọng tâm, trọng điểm công nghiệp văn hóa theo hướng chuyên nghiệp, hiện đại, năng động, có tính cạnh tranh cao, đồng thời đa dạng hóa, liên kết đa ngành, đa lĩnh vực kinh tế sáng tạo và các lĩnh vực công nghiệp văn hóa và nghệ thuật ở Việt Nam và trên thế giới, hướng tới phục vụ rộng rãi cho nhiều nhà nghiên cứu, nghệ sĩ, chuyên gia, các nhà hoạch định chính sách văn hóa trong việc bảo tồn môi trường sinh thái tự nhiên và các di sản một cách bền vững, thúc đẩy trao đổi tri thức giữa các lĩnh vực, truyền cảm hứng cho những cách tiếp cận mới đối với sự sáng tạo và các thực tiễn trong các ngành công nghiệp văn hóa - sáng tạo và nghệ thuật. Bởi Công nghiệp văn hóa là nhóm ngành mới, có giá trị gia tăng đóng góp cho nền kinh tế, nhất là kinh tế du lịch; thể hiện là nhóm ngành có lợi thế quốc gia của Việt Nam, góp phần tăng năng lực cạnh tranh của nền kinh tế và quảng bá hình ảnh Việt Nam với thế giới.

Là người được tác giả tin tưởng cho phép đọc bản thảo đầu tiên, tôi có niềm tin rằng, những ai đọc được công trình được biên soạn một cách công phu và tâm huyết này của Huỳnh Viết Tư, sẽ có nhiều hiểu biết khác hơn trước, đúng hơn trước và trân trọng hơn trước đối với di sản văn hóa Hội An. Nghĩ vậy, nên tôi có lời trân trọng và vui mừng giới thiệu cuốn sách với bạn đọc để trả lời câu hỏi vì sao được công nhận, đầy đủ nhất, tâm huyết của người con đất di sản, có lối viết không giống ai.

PHẠM PHÚ PHONG

Thầy PHẠM PHÚ PHONG là Nhà giáo - nhà báo - nhà phê bình văn học, là cựu Giảng viên Trường Đại học Khoa học Huế sau hơn 40 năm làm công tác giảng dạy và nghiên cứu. Hiện là Ủy viên Hội đồng Lý luận phê bình Hội Nhà văn Việt Nam, khóa X (2020-2025). Quê ông tại xã Điện Trung, thị xã Điện Bàn, tỉnh Quảng Nam nay là xã Gò Nổi thành phố Đà Nẵng trong một gia đình khoa bảng mà người thành đạt và nổi danh nhất là nhà nho, tiến sĩ Phạm Phú Thứ.

MỘNG YÊN HÀ
Năm Nhịp Tim Thi Ca Mỹ

Trong suốt hành trình văn học thế giới, ***thi ca luôn là nhịp thở tinh khiết nhất của tâm hồn nhân loại.*** Có những câu thơ, ngắn gọn như một hơi thở, nhưng lại thắp sáng vĩnh cửu. Văn chương Mỹ, từ thế kỷ 19 đến nay, đã trao cho đời những thi sĩ với lời thơ vừa như tuyên ngôn, vừa như mật chú, vừa như tiếng vọng cuối cùng của trái tim. Bài viết này xin chọn năm câu thơ – năm nhịp tim để đời – như một đoản khúc tri âm với thi ca Mỹ và cũng để nhắc nhớ chúng ta: thi ca, tự bao giờ, chính là cách con người đối thoại cùng chính mình và vũ trụ.

Dạo khúc

Có những câu thơ đi cùng đời sống nhân loại, như hạt lửa còn âm ỉ trong tro tàn, để bất kỳ ai chạm đến cũng bừng sáng. Năm thi sĩ Mỹ, năm linh hồn khác biệt, đã để lại những nhịp tim bất tử của mình.

Walt Whitman (1819–1892)

– Nhà thơ lớn của kỷ nguyên dân chủ Mỹ, tác giả tập **Leaves of Grass** (*Lá Cỏ*, 1855). Ông *cất lên tiếng* hát đại *ngàn, đứng trong vũ trụ mà tự nhận*: **"I am large, I contain multitudes**." Whitman như một cánh đồng bao la, trong đó có mầm non, có lửa trời, có bóng tối và ánh sáng. *Con người không chỉ là một thân xác hữu hạn, mà là một cõi mênh mông* vô *tận.*

Emily Dickinson (1830–1886)

– Nữ thi sĩ ẩn dật, sống cả đời trong căn nhà nhỏ ở Amherst, để ***lại gần 1.800 bài thơ***, đa số được công bố sau khi bà qua đời. Nàng thì thầm: **"Forever is composed of nows."** *(Bài thơ số 624)*. *Vĩnh cửu không nằm ở cõi xa xăm, mà ở từng giọt hiện tại, ở từng* *hạt bụi sáng rơi vào mắt ta.* **Dickinson dạy ta biết sống, biết** yêu, **biết giữ lấy phút giây như thể** đó chính **là thiên thu.**

Robert Frost (1874–1963)

– Nhà thơ được mệnh danh là *"giọng ca của New England"*, ***từng*** đoạt ***giải Pulitzer bốn lần***. Trong bài thơ The Road Not Taken (1916), ông viết:

"I took the one less traveled by,And that has made all the difference."

Một quyết định đơn sơ, mà định mệnh rẽ sang hướng khác. *Thơ Frost như chiếc gương soi vào sự lựa chọn của mỗi kiếp người:* **liệu ta có dám bước đi trên con** đường ít **ai** dám đi?

T. S. Eliot (1888–1965)

– **Một trong những thi sĩ hiện đại chủ lực,** tác giả *The Waste Land (1922) và Four Quartets (1943), từng* đoạt *giải Nobel Văn học* (1948). Ông *khắc câu trong East Coker: "In my beginning is my end."* **Khởi** đầu đã **mang trong mình mầm tàn phai, như hạt mầm ủ trong** đóa **hoa, như bình minh cưu mang bóng tối.** *Eliot cho ta thấy sự vận hành bí mật của thời gian, nơi vĩnh cửu và hư* vô chạm *mặt nhau.*

Sylvia Plath (1932–1963)

– **Nữ thi sĩ tài hoa nhưng** đoản **mệnh**, *biểu tượng của "confessional poetry" (thơ tự thú)*. Trong nhật ký và tập thơ Ariel (xuất bản sau khi bà mất, 1965), **Plath thổn thức: *"I am, I am, I am."*** *Một tiếng vọng của hiện hữu. Trái tim nàng* đập *như trống trận* báo hiệu, nhắc *nhở rằng ta* đang *sống – và trong sự sống ấy* có cả ánh *sáng lẫn vực sâu.*

Kết

Năm câu thơ, năm linh hồn, năm nhịp tim. Từ đó, ta thấy: thi ca không chỉ để ***ngâm,*** để ***nhớ, mà*** còn để ***sống. Nó là dòng*** sông ***mang ta vượt qua bóng tối, dẫn đến một miền sáng khác – nơi từng "khoảnh khắc bây giờ"*** đã đủ ***trở thành vĩnh cửu.***

Chú thích tham khảo

Walt Whitman, Leaves of Grass (1855).
Emily Dickinson, Poem 624, trong The Complete Poems of Emily Dickinson, biên tập bởi Thomas H. Johnson (1955).
Robert Frost, The Road Not Taken, trong Mountain Interval (1916).
T. S. Eliot, East Coker, trong Four Quartets (1943).
Sylvia Plath, Ariel (xuất bản 1965), cùng trích từ nhật ký cá nhân.

Những tuyên ngôn vĩnh cửu của thi ca Mỹ"
"Từ Whitman đến Plath: năm nhịp tim vượt thời gian"
"Năm câu thơ — năm linh hồn — năm vũ trụ thi ca"
"Tia chớp của ngôn từ trong bầu trời thi ca Mỹ"
"Âm vang hiện hữu từ trái tim thi sĩ Hoa Kỳ"

MỘNG YÊN HÀ

Giai thoại về Charlie Chaplin
(1889 - 1977) Diễn viên, đạo diễn phim hài người Anh, một trong những nghệ sĩ kịch câm và diễn viên hài xuất sắc nhất mọi thời đại.

Người bắt chước

Tại một buổi liên hoan nhân ngày sinh nhật của mình, vua hề Charles Chaplin mua vui các vị khách bằng cách bắt chước những người đàn ông, đàn bà và trẻ con quen biết. Và ông thậm chí còn hát một aria trong vở ca kịch của Ý, hơn nữa ông hát rất hay.

- Tôi không biết ngài lại hát hay như vậy- một vị khách nhận xét.
- Tôi hoàn toàn không biết hát- Chaplin cãi lại- Tôi chỉ bắt chước danh ca Caruso thôi mà.

SỬ MẶC
DOWNHILL

Nằm ngủ trên triền dốc
Chuồi ra khỏi trái đất
Trời cao. ừ, trời cao
Ta vẫn ta còn rất

Biếng lười nằm chảy thây
Cái lưng dài ngất ngây
Tuổi già thức khuya đặng
Hôm sau được ngủ ngày

Mặc kệ o thiếu nữ
O thức hay là ngủ
Già tôi níu già ta
Thanh xuân o cứ giữ

Vui một chút thôi mà *
Để quên đi sầu muộn
Có cầm thì cứ ca
Trước sau gì cũng xuống

•

s ử m ặ c
23 aout 25
*bùi giáng, vui thôi mà!

HOÀNG XUÂN SƠN
HỒ TRƯỜNG DỊ BẢN

Lúc ta chưa trốn đi
Khỏi xác thân còn đó
Lúc ta muốn quay về
Với lặng yên đứng ngó

Giây phút ơi nhiệm mầu
Vinh quang từng bản ngã
Lầm than những lo âu
Chợt nổ bùng sáng hóa

Ví ta là nỗi lạ
Giữa trùng trùng thân quen
Em. và cây thước kẻ
Xa như những trụ đèn

Khi ánh trào xởi lởi
Cọ cửa bùng râm ran
Khi không mà ca thoại
Căng như những sợi đàn

Có hồi mê chết bỏ
Cương vị của bàn tay
Lướt trên từng phím nhớ
Thạch anh đóa mộng gầy

Sao bức tường chắn vây
Ta muốn chui rào sắt
Ốm o thân ngựa bầy
Cuộc hồi sinh ẩn mật

Tiếng chăm luồn trong khe
Một phút nào ân tứ
Độc dược cây mã đề
Uống tóc xanh từ thuở

Chắc gì khúc động tịnh
Chờ một hớp phôi sinh
Vẫn hồi chuông chén đắng
Cụng nhau phía lữ trình
•√

h o à n g x u â n s ơ n
@2am20aout.lutrinh

HUỲNH LIỄU NGẠN
THÁNG MƯỜI GIÓ LẠNH SE ĐƯA

Biết lòng mình đã mùa đông
nên mưa giông đổ mù không hướng này
biết em sầu muộn giăng vây
nên vòng tay cứ đong đầy sớm trưa

tháng mười cơn lạnh se đưa
tưởng như ngọn gió ngày xưa thổi về
ở đây cửa đóng bốn bề
tiếng chim hót cũng lê thê dặm trường

lá vàng vài ngọn vấn vương
chờ em về giú niềm thương lên cành
tìm đâu nữa mộng ngày xanh
cho phai màu áo thiên thanh gọi mùa

hiên đời gió tạt song thưa
nhặt màu hoa rụng kẻo trưa cuộc tình
tháng mười vành nón em xinh
che anh mưa đổ thình lình lại ngưng

tại trời thổi nhẹ sau lưng
làm trôi giọt nước qua vùng giá băng
tại em chia nỗi cách ngăn
nên anh còn nợ dòng trăng chưa tròn.

HUỲNH LIỄU NGẠN
14.9.2035

HUỲNH LIỄU NGẠN
MẮT EM MÀU NHỚ KHUNG SẦU

Anh ngồi với giọt sương tan
tiếng em đồng vọng vạn ngàn kiếp sau
dòng đời uốn lượn về đâu
sao đi bỏ mặc trăng thâu lạnh vàng

mùa thu năm đó vừa sang
lá rơi rụng bóng đò ngang ai chờ
con đường xưa rất sương mờ
chỉ anh lẻ bước ngu ngơ đêm trường

mơ về chốn cũ thân thương
mùa hoa cúc dại vấn vương bên cầu
mắt em màu nhớ khung sầu
cho anh trở giấc gối đầu trong mơ

vầng trăng đã lỗi hẹn chờ
nửa khuya tàn lạnh buồn trơ xứ người.

HUỲNH LIỄU NGẠN
14.9.2025

TUỆ TRUNG
Lời trần tình của một nỗi cô đơn

1.- Đã bắt đầu mùa đông, thêm một mùa đông lạnh lẽo và khá là nghiệt ngã của Canada, tôi đang ngồi trên chiếc một chiếc ghế bành cũ cạnh giường, lặng im nhìn Tuấn nằm ngủ, chỉ còn nơi anh là khuôn mặt gầy guộc và những hơi thở ngắn, hậu quả của biến chứng do một cơn stroke vài tháng trước.

Tuấn là mối tình đầu, có thể tạm gọi như vậy, và có lẽ cũng là cuộc tình cuối trong đời tôi. Giờ đây, nhìn Tuấn nằm đó, tôi lặng lẽ ôn lại những chặng đường mà tôi đã trải qua, không biết tôi đã đúng hay sai khi lựa chọn hướng đi trong đời.

Năm tôi 17 tuổi, trong nhóm bạn Trung học, tôi và Tuấn đã thân nhau, Tuấn thì học trên tôi một lớp, anh của Liên, một cô bạn cùng lớp, cùng trong nhóm vì hợp tính tình của nhau.

Gia đình tôi, có lẽ được xếp vào hàng trung lưu trong xã hội thời ấy ở Sài gòn, đã chiều ý tôi cho tôi lên Đà lạt học trường Tây, mong tôi sau này sẽ được đi du học bên Pháp, khi trở về sẽ có được một cuộc sống tương đối đầy đủ và nhàn hạ,

Lúc ấy, thực tình tôi còn rất ngây thơ, không biết thế nào là yêu đương, chỉ có cảm giác thân thiết, muốn được gần và chuyện trò, đi chơi, nghe nhạc, khiêu vũ, xem xi nê, và học bài cùng với Tuấn, thế thôi.

Cuộc sống của tôi lúc đó cứ thế mà êm đềm trôi đi, thật phẳng lặng, tôi đã không hề nghĩ đến ngày mai tôi sẽ như thế nào.

Cũng phải nói thêm ở đây rằng tôi không biết tôi có đẹp hay không, nhưng các bạn tôi đều cho rằng tôi đẹp lắm, chẳng thế mà có một ông nhạc sĩ quen biết với anh tôi, đã sáng tác một bản nhạc về tôi với những lời hát đắm đuối, nồng nàn rồi tặng lại cho tôi, thêm một ông thi sĩ sáng tác một bài thơ vô cùng ướt át về tôi rồi đọc lên khoe với bạn bè trong trường.

Tôi thì vẫn cứ ngu ngơ, không hề để ý đến những sự việc xảy ra chung quanh, tôi khờ dại thật, không phải giả vờ hay làm bộ kiêu kỳ như những cô gái nhà giàu ưa đỏng đảnh khác thời bấy giờ.

Qua năm sau, Tuấn đỗ Tú Tài 2, anh ghi tên vào Viện Đại học Đà lạt, học khoa Chính trị Kinh doanh, mục đích là để tiếp tục được gần tôi, anh nói thế trong một dịp chỉ có hai đứa, thổ lộ tâm tình rằng anh rất yêu tôi, rất muốn được cùng tôi thành lập một gia đình. Tuấn nói vậy thì tôi cũng chỉ thực sự biết vậy vì ngọn lửa tình yêu trong tôi vẫn cứ chỉ hơi nhen nhúm lên một chút, tôi chưa cảm thấy trái tim rung động nhiều với những lời lẽ thân mật đó.

Tôi thì vẫn tiếp tục học năm cuối ở Đà lạt, cuộc sống lại tiếp tục êm đềm trôi trong sự ngây thơ, có một chút vô tư của tôi, cho đến cuối năm, lúc tôi sắp sửa thi Tú Tài 2, thì bất ngờ, bố mẹ gọi tôi về Sài gòn.

Ngày tôi rời Đà lạt, Tuấn đã khóc, không biết khóc thật hay giả, chàng nhạc sĩ cũng tỏ vẻ bùi ngùi, không muốn tôi rời xa thành phố này, chàng thi sĩ làm thêm một bài thơ thất tình. Tôi thực tình cũng không muốn đâu, nhưng đây là điều bắt buộc, vì tôi đã bị gia đình ép phải về Sài gòn để lấy chồng, và tôi phải tuân theo.

Người chồng tương lai, và cũng là chồng hôn thú của tôi, tên là Viễn, hơn tôi 10 tuổi, là một viên chức của Bộ Ngoại Giao, một tương lai đầy hứa hẹn đang chờ anh phía trước, đẹp trai, tài giỏi, sắp sửa được giữ một chức vị khá cao của một toà Đại sứ tại một quốc gia ở châu Âu.

Bố mẹ tôi và gia đình Viễn quen biết nhau do các mối dây liên hệ trong việc buôn bán làm ăn trên thương trường, đã quyết định hôn nhân của chúng tôi mà không cần để ý đến tình cảm của hai chúng tôi. Riêng đối với tôi, vì bản tính hiền lành, không lo nghĩ nhiều về mọi việc, nên đã tuân theo ý muốn của cha mẹ sau một thời gian ngắn chần chừ để suy nghĩ, tuy cũng có đôi chút tiếc nuối cho mối tình đầu với Tuấn vừa mới chớm nở trong tâm hồn và trong trái tim còn non dại của tôi.

Đối với Viễn, tôi không để ý nhiều đến thái độ của anh, nhưng sau lần gặp gỡ đầu tiên thì tôi biết anh đã rất thích tôi, rất muốn được lập gia đình với tôi, vì lúc đó tôi để ý thấy anh kín đáo gật đầu với người mẹ ngồi cạnh. Có đôi lúc tôi ngắm nhìn

Viễn, anh cũng khá đẹp trai, cử chỉ nho nhã là tỏ ra rất lịch thiệp trong giao tiếp với mọi người trong gia đình tôi, điều này cũng khiến tôi có một chút cảm tình với anh từ buổi ban đầu.

Thế rồi đám cưới được tổ chức ngay cuối năm đó, tôi như một con rối dưới vòng tay của bố mẹ và gia đình, với lề thói cổ hủ còn sót lại, cha mẹ đặt đâu thì ngồi đó mà không hề có một sự phản kháng nào từ tôi hay các anh chị em của tôi, dù yếu ớt và nhỏ bé.

Tôi mời Liên, là em gái của Tuấn về dự đám cưới, Liên nói anh Tuấn rất buồn vì tôi bỏ anh lại quá sớm và anh thì chưa kịp nói lời từ biệt với tôi.

Còn ông anh tôi cũng cho tôi biết ông nhạc sĩ tài hoa kia đã rời xa Đà lạt, đi giang hồ khắp nơi, tìm hứng sáng tác nơi những bóng hồng nào đó mà anh ta gặp trên đường phiêu du, ông thi sĩ thì chán đời, bỏ học bỏ thi, tình nguyện đi vào trường Võ bị Thủ Đức.

Cuộc hôn nhân đó không có tình yêu, nhưng như bố mẹ tôi đã trải qua và đã từng nói với các con rằng họ lấy nhau cũng do hai gia đình xếp đặt, thậm chí chưa biết mặt nhau, vậy mà vẫn sống được với nhau cho đến hiện tại đó sao?. Tôi chịu thua, không thể cãi lại được một lời nào.

Tình yêu mới vừa nhen nhúm trong tôi đã bị tắt, tất cả trở thành tối đen, nhưng tôi vẫn hy vọng trong tương lai, với Viễn, biết đâu tôi sẽ tìm được hạnh phúc, như cha mẹ tôi bây giờ?. Cuộc đời mỗi người, có tình yêu trong đó, giống như một canh bạc, có ai đã nói với tôi như vậy, hình như mãi sau này tôi mới thấy là đúng.

2.-Tôi sống với chồng, lặng lẽ với nhiệm vụ của một người vợ, âm thầm và nhẫn nhục, tôi không cảm thấy đó là hạnh phúc mà các nhà văn nhà thơ đã mô tả trong những tác phẩm của họ, khiến tôi có cảm giác như những điều như hạnh phúc chỉ là sản phẩm của trí tưởng tượng, thậm chí tôi có lúc đã nghĩ rằng cuộc sống của bố mẹ tôi chỉ là một vở kịch, chính là vì Viễn là người sống rất có nguyên tắc, lạnh lùng và vô cảm với mọi việc xảy ra chung quanh anh, đúng hơn là một người của công việc và chỉ có công việc.

Trong vòng 5 năm đầu chung sống, tôi có con, một trai và một gái. Khi con trai tôi đã 8 tuổi và con gái được 7 tuổi, Viễn được cất nhắc làm công cán uỷ viên cho một toà Đại sứ ở châu Âu. Dĩ nhiên là mẹ con tôi phải đi theo sang đó vì Viễn nói công việc có thể kéo dài tới 2 năm.

Tôi cũng cần phải nói về cuộc sống vật chất của chúng tôi lúc ấy. Trong gia đình, Viễn làm chủ mọi thứ, anh quyết định tất cả mọi việc, mẹ con tôi chỉ cúi đầu nghe và làm theo. Trong mọi thứ đó, có vấn đề tiền bạc. Viễn chính là chìa khoá của tủ đựng tiền trong nhà, mẹ con tôi muốn mua sắm thứ gì, dù chỉ là một cây son, một chiếc áo ấm, một đôi giầy…, cũng phải hỏi Viễn để được cho phép mua và nhận tiền từ Viễn.

Tôi vốn không phải là người coi trọng vấn đề vật chất, nhất là về tiền bạc, vì ít phải chịu trách nhiệm, nhưng xét cho cùng, chuyện ấy mãi rồi cũng làm tôi khó chịu, tôi trở nên bực tức mỗi khi Viễn từ chối một yêu cầu của tôi, cho dù tôi đã nói tôi rất thích thứ đó, hoặc rất cần tới, rất cần mua cho các con tôi. Mặc cảm không làm ra tiền, tất cả đều sống dựa vào lương bổng của chồng cũng đã làm tôi buồn bực không ít.

Viễn chuyển nơi làm việc nhiều lần, tôi và các con cũng phải theo anh hết nước này đến nước khác ở châu Âu, trong thời gian ở Bỉ, tôi đã hạ sinh thêm một cháu gái, chưa biết có phải là út hay không, vì năm đó tôi mới 28 tuổi, chúng tôi đặt tên cháu là Bella để nhớ lúc ở quốc gia này.

Qua năm sau, tháng 2 năm 1975, chúng tôi chuyển qua Pháp, hai tháng sau đó thì Miền Nam rơi vào tay Cộng sản, Viễn không về lại Việt Nam được nên ở lại đây, xin tỵ nạn chính trị cho cả gia đình. Và cũng chính tại nơi này, cuộc đời tôi đã bước sang một ngã rẽ, ngã rẽ này đưa tương lai của tôi đến khổ đau hay hạnh phúc, thì tôi đã không thể xác định được.

Viễn trở nên thay đổi tính nết, anh hay cau có, giận dữ, hay la mắng các con dù chúng chỉ phạm một lỗi rất nhỏ, anh uống rượu và hút thuốc lá nhiều, khác hẳn trước đây anh không hề đụng tới. Cuộc sống dần khó khăn, Viễn phải làm hai công việc trong một ngày, sáng đi sớm, tối về rất muộn, tôi ở nhà, một căn phòng nhỏ trong một cao ốc, lo cho hai con lớn đi học và cháu Bella mới hơn hai tuổi. Tôi bắt đầu thấy thương và thông cảm với chồng tôi nhiều hơn, tôi biết vì thời cuộc đổi thay nên tất cả đã thay đổi, không riêng với chúng tôi mà với tất cả mọi người.

Thời gian cứ thế dần trôi, tôi nhẫn nhục chịu đựng mọi thứ, và dĩ nhiên với sự cố gắng của Viễn, cuộc sống của chúng tôi đã trở nên khá hơn, nhưng Viễn vẫn cứ lầm lì, ít nói. Các con tôi đã lớn, cho đến năm 2005, tức là 30 năm sau cuộc bể dâu, chúng đã trưởng thành, tất cả đã tốt nghiệp đại học và lập gia đình, hai cháu lớn có chồng là người Pháp nên ở lại đây, riêng Bella theo chồng về Canada.

Viễn và tôi thì cứ lặng lẽ sống đời sống của riêng mỗi người, đối với anh, trong tôi chỉ còn lại cái gọi là nghĩa vợ chồng mấy chục năm, liên kết với nhau bởi 3 đứa con và 3 đứa cháu. Có những ngày tôi và anh không còn chuyện gì để nói với nhau, tôi hàng ngày đi chợ, nấu ăn, giặt giũ, dọn dẹp…, một cách âm thầm, không than thở, không thấy vui hay buồn, không nuối tiếc những gì mình có trong quá khứ, tôi như đã trở thành một người đàn bà vô cảm, vô cảm giống như Viễn.

Người ta nói đó chính là số phận, là định mệnh.

3.-Cuối cùng thì số phận, hay là định mệnh đó cũng đến với tôi, dù đã hơi muộn màng khi tôi bước vào xấp xỉ tuổi 50.

Trong một dịp đi dự buổi hội họp những bạn cũ nơi xứ người, tôi gặp lại Tuấn. Sự tình cờ gặp gỡ này như một sắp đặt cho tương lai của tôi, đầu tiên là sự choáng váng vì kinh ngạc, tiếp theo là sự quay cuồng đến chóng mặt của quá khứ hiện về không có thời gian, cuối cùng là niềm vui, niềm vui này trong tôi hình như đã bị dấu kín từ lâu.

Tôi ngồi nhìn Tuấn, anh cũng vậy, với ánh mắt vừa ngạc nhiên vừa có vẻ như tiếc nuối, cuối cùng thì Tuấn cũng chậm chạp bước về phía tôi, ngồi xuống chiếc ghế trống bên cạnh và bắt đầu nói. Giọng nói trầm buồn, không còn vui và trong trẻo như ngày xưa, anh chào hỏi tôi về đời sống hiện nay của tôi rồi tôi ngồi im nghe anh kể về anh.

Cuối năm 1980, Tuấn vượt biên và đinh cư tại Canada, vài

năm sau khi đã tương đối ổn định, anh qua Pháp để kết hôn với một trong những người bạn học cũ của hai người ở Đà lạt, cô bạn này đã cùng gia đình định cư ở Pháp do vì anh của cô ấy làm việc cho hãng xe Citroen của Pháp ở Sài gòn hồi trước năm 1975.

Cô bạn này đã yêu Tuấn từ lâu, khi biết được anh đang ở Canada, cô tìm cách liên lạc và thổ lộ tình yêu với anh, cuối cùng anh đồng ý.

Tuấn nói với tôi rằng anh kết hôn không vì tình yêu mà chính là vì đã không còn một hy vọng nào nữa để gặp lại tôi, để tiếp tục sống trong sự mơ hồ về một cơ hội có lại tôi trong đời anh, chính vì những tâm tư đó mà cuộc hôn nhân này đã đi đến chỗ tan vỡ và trong thời gian này anh qua Pháp để làm thủ tục ly dị, vợ anh đã quá ghen với quá khứ của chồng tới mức hai người không thể còn chung sống được nữa.

Toà án chấp nhận ly hôn nhưng Tuấn phải chu cấp cho vợ để nuôi hai đứa con cho đến khi chúng đủ 18 tuổi.

Đối với Tuấn thì đây quả là một gánh nặng về tài chính trong khi thu nhập tại Canada của anh hiện nay chỉ đủ cho anh sống một cách khó khăn và khá chật vật, nhưng có lẽ vì tự ái và tế nhị Tuấn đã không cho tôi biết, cho đến mãi về sau.

Tôi nghe Tuấn kể chuyện mình, nghe nhói trong tim khi anh nói anh đã vô cùng yêu tôi, đã vô cùng đau đớn biết rằng tôi không thể thuộc về anh nữa.

Cho đến giây phút này, ngồi đây, tôi vẫn không thể hiểu được chính tôi khi trong lần gặp gỡ đó chúng tôi đã trao đổi số điện thoại và địa chỉ với nhau, tôi cũng không thể biết được tôi có hối hận hay không, có một chút nào tội lỗi không khi chợt một ý nghĩ len trong đầu, cái đầu óc nhỏ bé của tôi, là tôi đang có hành vi ngoại tình, dù chỉ thoáng qua một giây phút trong tâm tưởng.

Chúng tôi tạm biệt rời xa nhau, cũng có một chút bịn rịn, một chút quyến luyến, với ánh mắt nhìn tiếc nuối cho những kỷ niệm ngày xưa đã nhắc lại với nhau trong suốt buổi chiều của cuộc họp mặt.

4.-Tôi trở về nhà trong một tâm trạng khá phức tạp, tôi đã quá tuổi để tiếp tục một cuộc tình còn dang dở từ trong quá khứ hay vẫn còn sôi sục trong tình yêu với người tình cũ?. Tôi có cần phải nghĩ đến cảm nhận của các con tôi hay không?, và như thế với tôi có phải đó chính là tội lỗi, là phản bội, là vượt quá giới hạn của một người đàn bà Á Đông hay không?.

Dù sao mọi chuyện vẫn còn trong giới hạn của luân lý, của đạo đức cho đến khi tôi biết được một bí mật của chồng tôi mà tôi nghĩ rằng Viễn đã dấu tôi trong suốt thời gian qua.

Một buổi chiều tối, Viễn về nhà sau một tiệc rượu với bạn bè của anh, rất mệt mỏi có lẽ vì uống quá nhiều, anh nằm vật trên giường, mặt đỏ bừng, hơi rượu phả ra nồng nàn. Tôi lặng lẽ tháo giầy, cởi chiếc áo vét và cà vạt, lấy khăn ướt lau mặt và tay chân cho anh, đặt anh nằm ngay ngắn, rồi nhìn anh thiếp đi trong cơn say.

Tôi chợt để ý một tờ giấy trắng từ chiếc túi áo vét, tôi cầm lên và tò mò mở ra đọc. Đó là một bức thư từ ngân hàng báo về tình hình tài chính của anh, tôi đọc kỹ số dư trong tài khoản và vô cùng bất ngờ vì thấy con số đó quá lớn so với nếp sống của chúng tôi lúc ấy.

Tôi đã lặng người một hồi lâu, suy nghĩ miên man. Tại sao Viễn phải làm như vậy?, dù sao cũng là tình nghĩa vợ chồng, dù sao tôi cũng đã và đang sống dựa vào anh, vậy thì việc gì phải che dấu tôi vấn đề tiền bạc.

Tôi bỏ lại tờ thư vào túi áo, buồn rầu và lặng lẽ leo lên giường cố dỗ giấc ngủ. Tôi đã quá mệt mỏi cho cuộc sống này, chỉ còn lại một chút an ủi từ những đứa con, thỉnh thoảng chúng gọi về để thăm hỏi, được nghe chúng nói, kể chuyện về mấy đứa cháu, và rồi thế là hết, và tôi thì lại vẫn tiếp tục nỗi buồn cô đơn.

Trong cơn mơ màng, tôi chợt nhớ lại rằng tôi đã dấu Viễn chuyện tôi gặp lại người bạn trai cũ, nhưng cố tự biện hộ cho mình là mình đã qua cái tuổi để nuôi lại tình yêu và dù sao thì tất cả đã rơi vào kỷ niệm, nhưng tại sao tôi vẫn cứ nhớ đến Tuấn, hơi một chút tiếc nuối là tại sao mình lại kết hôn với Viễn mà không phải là Tuấn?, tôi đang ngoại tình đó sao?.

5.-Khoảng nửa năm sau, Tuấn gọi điện thoại cho tôi. Cũng may lúc ấy Viễn không có nhà và tôi, cũng ngay lúc ấy rơi trở lại vào không gian và thời gian thuở xưa, rơi vào những lời nói ngọt ngào của Tuấn khi anh gợi lại những kỷ niệm, những buổi tối khiêu vũ với nhóm bạn thân, những buổi xem ciné, nghe nhạc, uống cà phê Thuỷ Tạ, dạo chơi bên hồ Xuân Hương và nhiều nữa.

Tuấn cho tôi biết anh đã làm xong thủ tục ly dị và đã trở về Canada, hiện đang rất cô đơn. Lúc tôi nghe Tuấn nói điều này thì trong lòng tôi thực sự rúng động, và tôi đã nghĩ rất nhanh, chỉ thoáng qua mà như đọng lại trong tôi lâu lắm, cho đến khi tôi tưởng đến cảnh tượng tôi sẽ đi Canada để chung sống với Tuấn trong suốt quãng đời còn lại của mình.

Tất cả những suy nghĩ đó đã theo đuổi tôi rất lâu, và một năm sau tôi quyết định xin ly dị với Viễn.

Lúc đầu, Viễn không đồng ý nhưng chỉ một thời gian ngắn sau đó thì anh buộc lòng phải chấp thuận chia tay với những điều kiện mà tôi đã yêu cầu. Viễn sẽ phải chi trả cho tôi một số tiền tương đối khá lớn, nhưng tôi phải rời khỏi căn nhà đang ở, các con tôi đã lớn, chúng đã có gia đình nên chúng tôi không còn chi vướng bận.

Tuy nhiên tôi đã vấp phải một vấn đề khiến tôi đau đớn không nguôi có lẽ là sẽ cho đến suốt đời tôi sau này, đó là việc các con tôi đều quay lưng ghét bỏ tôi, cho rằng tôi là nguyên nhân chính dẫn đến sự đổ vỡ gia đình hiện nay, chúng không thèm nói chuyện với tôi nữa, dù chỉ nửa lời, dù tôi đã cố gắng giải thích cho chúng biết tại sao, và nếu chúng có nói cũng chỉ là những lời trách móc tôi sao quá vô tình và bạc bẽo.

Tôi đã không còn gì thật rồi, có lẽ chỉ là những cơn sầu muộn kéo dài, sẽ không còn niềm vui nào sẽ trở lại với tôi nữa.

Cuối cùng tôi phải rời nước Pháp để qua Canada, vì tôi chỉ còn Tuấn để chung sống về cuối đời, sau những đổ vỡ và sau những thúc dục của mối tình đầu. Chúng tôi chấp nhận nhau, mỗi người đều trải qua sự đổ vỡ của hôn nhân, trải qua những buồn vui trong đời, và đều nghĩ rằng tình yêu thực sự sẽ mang đến hạnh phúc, hy vọng cuộc sống bên nhau sẽ trôi qua thật êm đếm.

Nơi ở của Tuấn là một apartment một phòng ngủ trong một chung cư cũ ở ngoại ô Montreal, trái ngược hẳn với những gì tôi đã tưởng về anh. Tôi không trách Tuấn vì đã không cho tôi biết về cuộc sống thực của anh hiện nay, vì tôi đã không hỏi, và ngay lúc Tuấn đón tôi ở phi trường, đưa tôi về nhà, tôi đã hình dung được thực tế mà Tuấn đang trải qua.

Nhân danh tình yêu, tôi chấp nhận hết. Tôi đã biết vì ly dị với vợ, Tuấn đã phải trả rất nhiều chi phí, kể cả những trợ cấp theo lệnh của Toà án, thậm chí phải bán cả xe và di chuyển bằng xe điện hoặc xe bus, sau đó anh đã phải lao đầu vào làm việc, bất kể công việc đó là gì, để mong kiếm được tiền, có lúc anh đã phải làm bồi bàn, rửa chén bát cho một nhà hàng, cuối cùng là anh đến một sòng bạc để mua hy vọng, nhưng kết cục bi thảm như hiện nay là điều không tránh khỏi.

Nhìn bộ điệu của Tuấn lúc đưa tôi về nhà, với vẻ ngượng ngập và lúng túng khiến tôi cảm thấy thương anh hơn là sự khó chịu hay phiền trách.

6.-Sau một tuần lễ suy tư, ở tuổi 50, sống chung với Tuấn như một đôi vợ chồng thực sự, tôi đã cảm thấy yêu đời hơn với sự cuồng nhiệt của anh mà tôi đã mất đi cảm giác ấy từ lâu với Viễn, nỗi hạnh phúc đến với tôi nhanh chóng, nhưng cảm giác ấy tôi thấy sao có hơi một chút mong manh, nên cũng qua đi nhanh chóng.

Cuối cùng, tôi là người quyết định cuộc sống của chúng tôi sau này. Còn đâu một Tuấn của ngày xưa, một sinh viên yêu đời, hoạt bát, tràn đầy sức sống, nay đã trở thành một người bi quan, nỗi buồn luôn hiện trên nét mặt, tôi không biết anh có tiếc nuối về những việc làm đã qua trong đời hay không, nhưng tôi thấy anh vẫn tỏ ra là bình thản trước mọi sự việc, chắc là anh đang muốn tỏ ra mạnh mẽ trước mặt tôi mà thôi.

Tôi dùng một phần tiền mà Viễn chi trả để mua một căn phòng mới, rộng rãi và khang trang hơn, mua cho Tuấn một chiếc xe hơi cũ để tiện cho anh đi làm và đưa tôi đi chợ hay đi đâu đó, chi tiêu mọi thứ cần thiết trong nhà, phần tiền còn lại tôi gởi ngân hàng, kiếm thêm một chút lợi tức chi phí cho gia đình.

Tuấn không nghe lời tôi, anh nói khi đã muốn làm lại cuộc đời với tôi thì anh phải tỏ ra là xứng đáng là một người chồng. Tuấn lao vào làm việc, anh làm 2 công việc trong một ngày, 6 ngày một tuần, để mong kiếm được nhiều tiền, tôi thì chỉ muốn anh làm một công việc nhẹ nhàng hơn, nghỉ ngơi nhiều hơn để còn thì giờ và sức chăm lo cho gia đình, nhất là lo cho một người vợ yếu ớt như tôi, thậm chí tôi không thể lái xe để tự mình để đi chợ hoặc đâu đó khi cần, và suốt ngày chỉ quanh quẩn, quán xuyến mọi việc trong nhà.

Gia đình!, tôi gọi như vậy có lẽ chỉ là để tự an ủi mình, tôi nghĩ rồi theo thời gian sẽ dần quen thôi mà, nhưng trong quá khứ tôi đã để mất đi một gia đình, điều này có lẽ sẽ khiến tôi ân hận một thời gian, lâu hay mau thì chưa biết.

Thời gian cứ thế dần trôi, con người của Tuấn hình như đã khác xưa nhiều sau những thất bại trong đời, những mất mát của cuộc sống, do những tiếc nuối về dĩ vãng mà anh chưa thể buông bỏ. Tôi biết điều này khi Tuấn tâm sự và nhắc lại nhiều lần về ước mơ của anh từ thời xa xưa mà nay không thể thực hiện được nữa.

Tôi đã cố khuyên giải và khuyến khích Tuấn đừng quá bi quan để nhìn về phía trước mà tiếp tục sống với tôi trong thời gian còn lại. Tôi cũng đã nhắc lại những kỷ niệm xưa để mong Tuấn yêu đời hơn, vui vẻ hơn, nhưng chỉ được một thời gian rồi sau đó tất cả lại rơi vào nỗi chán chường mà anh không thể nào quên.

Chính tôi cũng rơi vào trạng thái đó một thời gian ngắn, sau khi tôi biết tin bố mẹ tôi đã lần lượt qua đời, người anh của tôi lo liệu xong mọi việc thì cũng bị kẹt lại, sau vài lần đi vượt biên bất thành.

Rồi tôi gượng lại được vì tôi đã tâm niệm một điều là tất cả những gì dựa xảy đến cho tôi là do định mệnh của tôi đã an bài như vậy, và cũng vì chính tôi tự lựa chọn để theo đuổi, và tôi phải chấp nhận như một thực tế không thể thay đổi.

Nỗi ám ảnh về sự cô đơn bắt đầu từ đó, tất cả đang dần bỏ tôi lại trên cõi đời này và đi thật xa, xa khỏi tầm tay với của tôi, đi thật tàn nhẫn và lặng lẽ mà đi.

Kể cả tình yêu, có lẽ quan niệm về tình yêu của tôi là không đúng, rõ ràng là đến bây giờ tôi mới thấy tình yêu cũng phải vào thực tế phần nào, bởi lẽ như người đời thường hay nói đó, tình yêu có muôn mặt của tình yêu, có muôn màu của tình yêu, có màu rực rỡ thắm tươi thì cũng có những màu xám, những mảng tối trong một bức tranh.

7.-Vào ngày sinh nhật của tôi khi vừa bước vào ngưỡng cửa của tuổi 70, thì ngay buổi tối hôm đó Tuấn bị một cơn stroke, sau những lao lực, ăn uống thất thường và những buồn phiền mà anh không rũ bỏ được. Tôi đưa Tuấn vào nhà thương, một tuần sau được đưa về nhà và anh nằm như vậy, mê man trên giường, tôi thì đang ngồi đây nhìn anh, đẩy lùi trí nhớ về quá khứ.

Có một chuyện xảy ra đã làm tôi không còn bị tủi thân mà ngược lại, nó đã khiến tôi như được tăng thêm sức mạnh để tiếp tục mạnh mẽ sống, đó là vợ chồng Bella, con gái út của tôi và Viễn, đến thăm Tuấn và tôi, một lần và có lẽ chỉ là một lần duy nhất.

Tôi đã nghĩ rằng suốt đời này tôi sẽ không còn được gặp lại chúng, nhưng khi nghe Bella nói về quan niệm sống của thanh niên các nước Âu Mỹ hiện nay thì việc theo đuổi hạnh phúc là một điều thiết yếu, nhiều khi nó quan trọng hơn các vấn đề vật chất khác nữa, thì tôi đã hiểu rõ hơn về con người của chính mình.

Vì lẽ nỗi cô đơn cứ lầm lũi tiến dần, ngày càng sâu vào đời tôi nên chắc rằng từ đây trở đi, tôi sẽ nghĩ về tương lai nhiều hơn, nhưng tương lai sẽ ra sao thì làm sao để biết được?.

Tôi đã không còn gì để níu kéo và bám víu vào để sống, vì tôi đã cô đơn nhiều hơn những cô đơn từng có trong cuộc đời này, nhưng tôi vẫn phải tiếp tục sống, như một con người, để hy vọng có được một tương lai sáng sủa hơn, được cuộc đời yêu thương, có phải không các bạn của tôi?, có còn ai nghe tôi nói không?, đi đâu hết rồi?, không lẽ tôi tâm sự với chính tôi?.

Trời đã về chiều và trở nên lạnh hơn, tôi rùng mình và cảm thấy cô đơn trở lại với tôi, cô đơn hơn bao giờ hết.

TUỆ TRUNG

TUỆ TRUNG
Lãng đãng Tình

Ta cùng em lênh đênh
trôi trên dòng sông nhớ
nơi đến quá xa xăm
đành neo về bến cũ.

Khi ta tìm thấy em,
đường dã quỳ vàng rực
từng vạt nắng ngả nghiêng
rọi giữa đêm thao thức.

Em kiêu sa như ngọc
ta lãng tử phiêu du
hồn bay theo mây gió
lạc trong đám sương mù.

Em nhìn sông, nước chảy
tình yêu như bèo mây
thương đôi bờ cỏ dại
trăng thốt nhiên héo gầy.

Ta ngước mắt ngọn cây
chim trời giương cánh vẫy
em tỉnh và ta say
té nhào trên đường chạy.

Tháng ngày qua rất nhẹ
đuổi nhau bóng với hình
nghìn năm còn quạnh quẽ
về đâu, lãng đãng tình?

TUỆ TRUNG

ĐỨC PHỔ
CHẲNG MONG CHỜ MÙA THU

Chẳng mong chờ mùa thu
mà sương mù dưng đến
cửa mờ khung cửa đợi
dáng thiên thần gọi tên…

Chẳng mong chờ mùa thu
sao bên trời cù rủ
sương rụng tự khuya rồi
lá trên cành đã cỗi…

Chẳng mong chờ mùa thu
vàng trời trong mắt đỏ
từng giọt sầu chưa khô
mà lệ tình vẫn ướt…

Chẳng mong chờ mùa thu
bờ chia đời mấy lối
thuyền lạc bến lâu rồi
hồn chẳng rời quê cũ…

Chẳng mong chờ mùa thu
sợ cành xanh vàng lá
màu tóc dẫu phai màu
vẫn xanh hồn cố quận…

ĐỨC PHỔ

VIÊN DUNG

MẮC NHỚ

tặng họa sĩ Nguyễn Trọng Khôi

Thác nghiêng
thả mát
trắng dòng
giọng nữ cười nói
suối trong
ngàn mây lóng gió
vờn cong
gái đàn

oanh mời
lối ngát
sơ hoang
nhạc ve rực
tỏa nắng choàng
cành sen tê dại
ngẩng
tòa thiên nhiên

tóe nước
tưởng thấm hương duyên
về riêng
ám ảnh
như ghiền
những mong
phút thả ưu phiền
gặp em

VIÊN DUNG

TẤU MÙA SANG

Nắng hạ tàn
đưa bóng dừa
đàn ai
rung lấn nhịp trưa
cài khuy
nâng cánh sen thừa hương yêu

cọng sen khoằm
mặt ráng chiều
đợi thu
chim bói đìu hiu
bâng khuâng em đợi
tình bêu duyên mùa

lần nọ
anh đến đầy trưa
đàn kêu
tình xao xuyến hứa
kìa đợi thu
trờ gõ cửa tìm em

VIÊN DUNG

TRỊNH Y THƯ

Ký ức của loài bò sát

(Trích đoạn tiểu thuyết Đường về thủy phủ)

14.

Mười chín tuổi, tôi trở thành một dân quân du kích. Tôi được phát một khẩu súng và một băng đạn. Tôi cũng được tập bắn súng, nhưng mỗi lần tập chỉ được bắn ba phát vì không có nhiều đạn. Khẩu súng là vật bất ly thân, mặc dù công việc của tôi mỗi ngày là trồng ngô sắn, và đi mua lương thực như thịt cá về cho nhà bếp. Có hôm vào rừng đẵn những thân nứa to về làm lán, mỗi lán có ba, bốn du kích hay bộ đội trú ngụ. Lán của tôi do chính tay tôi cùng với năm anh du kích khác dựng, nên tôi làm kỹ lắm, trước cửa tôi còn trồng mấy bụi hoa rừng màu tim tím dễ thương.

Hình như có một tiểu đoàn bộ đội trú quân trong cánh rừng này, họ không tập trung ở một nơi mà tản mác ra khắp các buôn bản xung quanh. Họ di chuyển luôn luôn để tránh bị phát hiện. Hành tung của họ bí mật đến nỗi mặc dù vào sống chung trong một khu rừng cả năm, sáu tháng rồi mà tôi vẫn không biết họ ở đâu, làm gì mỗi ngày. Tôi nghe các anh du kích khác kháo nhau rằng châm ngôn của họ là "Đi không dấu, nấu không khói, nói không tiếng." Khó nhất trong châm ngôn ba điều này là nấu ăn không tỏa khói. Họ có một phương pháp đào lỗ, khoét rãnh dưới đất làm lò nấu ăn, gọi là bếp Hoàng Cầm, chắc là do một anh nuôi nào đó tên Hoàng Cầm sáng chế. Cái bếp làm rất khéo, phải chọn vị trí theo hướng gió để không phải quạt ở cửa bếp, phủ trên miệng rãnh có những cành cây nhỏ đặt ngang. Công dụng của nó là khói từ củi lửa tỏa ra theo các rãnh, tản mác bay lên không trung thành những làn khói nhẹ rồi mau chóng tan biến chứ không thành cột. Nhờ thế, máy bay thám thính của địch trên cao không biết dưới đất có một đoàn quân đang trú đóng.

Thi thoảng gặp một anh bộ đội nào đó, tôi làm quen, nói

chuyện vãn. Trong số, tôi thân nhất với anh Sơn. Anh gốc Nam Định, trước ở Liên khu Tư, Thanh Hóa, không hiểu sao bây giờ lại được biên chế về phục vụ trong tiểu đoàn này ở đây. Tính tình anh khá ấm áp, nét mặt tình cảm. Khi quen nhau lâu hơn, có lần tâm sự với tôi, anh nói người yêu anh ở Nam Định không chờ anh về mà đã lấy chồng khác. Tôi đoán có lẽ vì thế anh đâm ra buồn bã và xin về đây chiến đấu cho vơi bớt nỗi buồn. Nhưng chúng tôi không có thời gian nhiều cho những chuyện tình cảm vu vơ. Nhiều hôm tôi thấy anh vắng mặt cả tháng trời. Hỏi ra mới biết anh vừa trở về sau một vụ "nhổ" đồn Tây. Anh kể tôi nghe về vụ công đồn, giọng anh buồn bã chứ chẳng hào hứng như anh bộ đội hôm ghé lớp học của tôi kể về trận Sông Lô. Anh nói mỗi lần đi "nhổ" đồn Tây, anh lại mất một số bạn, và không biết bao giờ đến phiên anh. Nhưng ngay sau đó anh tự an ủi, "Chiến tranh, đạn tránh mình chứ mình làm sao tránh được đạn. Số mình chết thì sẽ chết thôi."

Tôi chưa được dự một trận đánh nào. Dân quân như tôi chỉ đi theo thu dọn chiến trường chứ ít khi tham gia chiến trận lớn, ngoài những lần đi tuần, phục kích những đám lính Tây đi lẻ tẻ hay dò thám động tĩnh vùng Tây đóng. Cho đến một hôm, anh đội trưởng đội du kích bảo bọn tôi chuẩn bị vũ khí đạn dược sáng sớm mai lên đường. Sáng sớm hôm sau, chúng tôi, hai tiểu đội du kích, mất hơn ba tiếng đồng hồ trèo đèo lội suối mới đến một khu rừng khác rậm rạp hơn. Giữa cánh rừng bạt ngàn, giữa trưa không thấy ánh mặt trời, tôi thấy một ngôi nhà lớn và nhiều lán làm bằng nứa rải rác xung quanh. Trên đường đi vào có nhiều trạm canh được ngụy trang bằng lá cây rừng, người ở trong bất ngờ nhảy xổ ra lúc nào không biết, chặn đường hỏi mật khẩu, súng trường lăm lăm trên tay. Tôi đoán đây là bản doanh của tiểu đoàn. Đến nơi, chúng tôi được lệnh nghỉ ngơi, đem lương khô ra ăn. Tôi ngồi dưới một gốc cây to, vén quần lên bắt hết vắt, đỉa trên ống chân, đùi mới giở món ăn của mình đựng trong một ống tre. Tôi hồi hộp không biết Xụ Phụn Phèn làm món gì cho tôi ăn. Hóa ra là mèn mén.

Biết sáng nay tôi ra trận, cô dậy từ lúc gà chưa gáy để nấu món này cho tôi đem theo, đủ ăn ít nhất ba ngày. Đưa vội ống tre cho tôi nhét vào ba-lô, cô quay mặt chạy đi ngay, không nói một lời, nhưng tôi vẫn kịp thấy hai dòng nước mắt của cô giàn giụa chảy xuống hai bên má. Xụ Phụn Phèn là cô gái H'Mông mới mười lăm tuổi nhưng yêu tôi lắm. Da dẻ cô trắng hồng chứ không đen đủi như nhiều cô H'Mông khác. Khuôn mặt cô trong sáng, đôi mắt nâu, hai làn môi mỏng lúc nào cũng thắm đỏ, và khi cô trút bỏ chiếc áo thổ cẩm màu đen, nằm dài trên thảm cỏ mượt mà bên bờ suối thì trước mắt tôi hiện ra một bông hoa rừng tuyệt đẹp, chờ đợi tôi cúi xuống chiêm ngưỡng và chiếm đoạt. Cô dạy tôi nói tiếng H'Mông, nấu những món ăn của dân tộc cô cho tôi ăn, tôi thích nhất món mèn mén này. Nó được xem là món ăn chính của đồng bào dân tộc vùng Tây Bắc bởi được chế biến từ ngô, một thứ nông phẩm sẵn có, trồng ở miền núi cao dễ hơn là lúa gạo. Mèn mén có thể để dành ăn trong ngày hoặc vài ngày khi đi nương, đi rừng. Làm món ăn này, người phụ nữ dân tộc phải mất khá nhiều thời gian để chế biến cho được mẻ mèn mén vừa dẻo vừa thơm. Tôi vừa ăn vừa nghĩ đến Xụ Phụn Phèn, tôi hình dung cô trong chiếc váy thổ cẩm màu đen, đầu chít khăn, lưng đeo *lù kở*, đang đi trên những con đường mòn dốc thoai thoải giữa một vùng thiên nhiên bao la xanh thẳm. Tôi nhớ cô quá mất thôi.

Chiều chưa xuống mà sương lam đã phủ kín mờ mịt không gian. Đoàn ngựa thồ của toán bộ đội hậu cần vừa về đến nơi, họ khuân xuống những bao tải to tướng. Một chặp sau, mọi người được mời ra ăn tối. Bàn ghế làm bằng những thân cây rừng ghép lại. Mọi người cầm đũa tre, khi ăn, một đầu gắp thức ăn, xong trở đầu đũa và cơm vào miệng. Thức ăn để trên những tàu lá chuối, không có canh, thịt toàn là thịt trâu, và rau củ vài loại. Bát cơm, ai có thì dùng, còn không, phải dùng ca uống nước thay thế. Xung quanh tôi, toàn màu rêu áo trấn thủ, vì khí trời đã rét buốt. Đông lắm, có lẽ cả tiểu đoàn tập kết tại đây trước giờ công đồn. Ăn xong, mọi người ai nấy cầm bát đũa dơ ra suối rửa, con suối nhỏ cách đấy không xa. Có một toán bộ đội đi thu dọn rác rến đem chôn dưới một cái hố lớn. Có cả kẹo lạc và trà nóng đem ra cho mọi người thưởng thức. Buổi tối là giờ học tập, nghe hiệu triệu từ các cấp chỉ huy, và sau cùng là chương trình văn nghệ hát những bài hùng ca. Tất cả chui vào căn nhà lớn, chen chúc nhau ngồi xếp bằng dưới sàn. Học tập và hiệu triệu thì tôi chẳng thấy hứng thú gì mấy, toàn những điều đã nghe cả trăm lần, nhưng chương trình văn nghệ phong phú và hấp dẫn lắm, có cả màn kịch do ban kịch của tiểu đoàn trình diễn. Có sân khấu đàng hoàng, dù chỉ là cái bục cao chưa tới đầu gối. Vở kịch tuyên truyền, kích động lòng căm thù giặc Tây, nhưng diễn viên khá xuất sắc nhất là vai nữ. Trong các bài hùng ca, tôi thích nhất bài Xuất quân của ông Phạm Duy. Chẳng biết lúc này ông đang ở đâu, nghe nói ông đi cùng khắp đất nước hát cho bộ đội nghe, thậm chí Bình Trị Thiên ông cũng đã vào. "*Ngày bao hùng binh tiến lên. Bờ cõi vang lừng câu quyết chiến…*" Nghe cả trăm cái miệng cùng há to hát, có tiếng đàn ghi-ta của hai anh bộ đội thì thùng đệm theo, tôi có cảm giác máu trong người chảy mạnh.

Lúc học tập và nghe hiệu triệu, các đơn vị ngồi riêng ra, nhưng lúc văn nghệ thì mọi người tìm bạn ngồi với nhau, vừa hát vừa vỗ tay đánh nhịp vừa nói chuyện vãn rôm rả. Anh Sơn cũng có mặt. Ban chiều tôi nhác trông thấy anh ngoài rừng, nhưng không tiện lại hỏi han. Lúc màn kịch bắt đầu, anh lại chỗ tôi ngồi, rút bao Bastos mời tôi, anh bảo bao thuốc lá là chiến lợi phẩm trong trận "nhổ" đồn Tây cách đây hai tháng. Anh thích nói chuyện với tôi, có lẽ vì thấy tôi chịu khó lắng nghe chuyện người khác. Mộng ước của anh là sau này trở thành nhà văn, nên lúc nào anh cũng giữ một cuốn sổ tay nhỏ trong ba-lô, ngồi đâu là rút sổ ra hí hoáy viết. Những kinh nghiệm sống này sẽ không bao giờ tìm lại được, anh bảo tôi. Chỉ cần sau này viết lại những gì mình trải nghiệm trong cuộc chiến tranh này là đã quá dư thừa cho những tác phẩm hay. Nhưng làm sao viết được những tác phẩm hay? Kinh nghiệm bản thân chỉ cho mình chất liệu tốt chứ chưa chắc giúp mình cho ra đời một tác phẩm hay để đời. Anh bảo tôi. Chỉ có cách đọc những danh tác quốc tế, và muốn thế phải có căn bản ngoại ngữ. Mình đọc họ không phải để xem họ viết cái gì. Cái gì, không quan hệ. Chuyện đời, bản chất con người, đâu đâu cũng như nhau, thời nào cũng vậy. Cái quan trọng là xem họ viết như thế nào. Làm văn là viết như thế nào chứ không phải viết cái gì. Anh còn nói nhiều nữa, tôi chỉ biết gật gù tán đồng. Có vẻ như anh sinh ra để viết văn chứ không phải đánh giặc. Anh bảo tôi văn học Việt Nam mình còn non nớt lắm, nổi đình đám hơn cả là nhóm Tự Lực Văn Đoàn, nhưng trong nhóm chẳng ai có tầm vóc quốc tế, ông Nhất Linh thì viết theo công thức luận đề xã hội, đọc chán phè phè, ông Thạch Lam thì chỉ có cái văn chương đèm đẹp. "Nếu viết văn, tôi sẽ viết như Dostoevsky." Anh nói tiếp. "Minh đã đọc ông nhà văn người Nga này bao giờ chưa? Nếu chưa thì sau này có dịp nên tìm đọc. Văn chương của ông ấy khai thác tâm lý con người đến tột cùng ở bối cảnh chính trị, xã hội của nước Nga vào cuối thế kỷ mười chín, nhưng khi đọc ông, ta không thấy xa lạ…"

"Ông này đúng là dân Nam Định trăm phần trăm." Nghe anh nói tôi nghĩ thầm trong bụng. Dân Nam Định hình như ai cũng là văn sĩ, thi sĩ, và chẳng bao giờ họ xem kẻ khác viết ra cái gì. Nhưng tối nay, trong bầu không khí say sưa phấn khích trước ngày ra trận, anh không bàn luận văn chương với tôi, anh choàng tay qua vai tôi thân mật rù rì chuyện trò, kể nhiều điều thú vị về các nhân vật quan trọng trong tiểu đoàn. Chẳng hạn như ông thiếu tá Lê Lân, chỉ huy trưởng tiểu đoàn.

"Ông này có mối thù không đội trời chung với Pháp vì cha ông ấy bị mật vụ Pháp giết." Anh Sơn bảo tôi.

"Cha ông ấy bị giết trong trường hợp nào, hả anh?" Tôi hỏi lại anh.

"Thì lập hội kín chống Pháp, tổ chức ám sát sĩ quan Pháp ngay Hà Nội, bị mật vụ Pháp ghi tên vào sổ đen truy lùng. Mật vụ Pháp tìm bắt mấy lần không được, vì ông ta trốn lên Yên Bái này. Vợ con ở một nơi bí mật khác. Thế mà Phòng Nhì Pháp truy ra. Chúng nó bắn ông chết ngay trước cửa căn nhà trọ. Sau này có người mách ông bị mật thám Pháp phăng ra vì có Việt gian tố giác nơi ông ẩn nấp. Vì thế ông Lê Lân thù Pháp một, thù tay sai cho Pháp mười."

Chuyện ông Lê Lân chưa hết, anh Sơn lại thì thào vào tai tôi:

"Minh thấy nhóm bộ đội có anh chàng tóc húi cua, răng hô như cải mả ngồi gần sân khấu không? Họ trong toán cảm tử đấy.

Có ít nhất một anh ngày mai ôm bom ba càng."

Tôi cũng đang thắc mắc về nhóm bộ đội này. Họ có chừng chục người, ngồi tách biệt hẳn với mọi người xung quanh, ngay cả lúc ăn cơm ngoài mé rừng, suốt buổi không hề thấy họ mở miệng nói với ai câu nào. Họ cũng không vỗ tay hát theo những bài hùng ca. Họ dõi mắt nhìn lên sân khấu với những đôi mắt vô cảm như thể tâm tư họ để mãi đâu đâu. Giữa chính họ, cũng không thấy họ nói chuyện với nhau. Tất cả ngồi im như những pho tượng. Nghe anh Sơn nói, tôi mới biết họ là những chiến sĩ trong đội quyết tử, họ biết ngày mai họ sẽ chết. Tôi thấy mặt mày họ lạnh lẽo đến độ lạ lùng, không hiểu trong đầu họ lúc này đang nghĩ ngợi gì.

Nhưng tôi biết bom ba càng là gì. Tôi từng thấy nó lúc Trung đoàn Thủ đô chặn đánh quân Pháp ở Hà Nội. Nó là một thứ vũ khí chống tăng cảm tử, có dạng hình phễu, bộ phận kích nổ là ba chiếc càng sắt nhú ra từ đầu bom, vì thế người ta gọi nó là bom ba càng. Quả bom được lắp vào một thanh gậy gỗ dài hơn một thước. Chiến sĩ đánh bom ôm thanh gậy với quả bom như cầm giáo lao vào hông tăng địch, bom nổ, lớp thép dày của chiếc tăng bị xuyên thủng, nhưng chiến sĩ cũng tan xác theo.

"Họ có được hưởng ân huệ sau cùng gì trước cái chết ngày mai không, anh?" Tôi hỏi anh Sơn một câu có vẻ hơi ngớ ngẩn.

"Có chứ. Minh đợi tí nữa sẽ biết."

Mãi khuya mọi người mới lục tục đứng dậy ra khỏi ngôi nhà, chui vào lán đi ngủ. Tôi thấy một nhóm phụ nữ ăn mặc như dân quân đến nắm tay các anh cảm tử quân. Mỗi chị nắm tay một anh. Từng cặp, họ chui vào những gian buồng quây bằng nan trông như bồ lúa sát vách sau ngôi nhà. Và tôi hiểu.

15.

Chiều hôm sau mọi người ăn cơm sớm. Quanh bãi đất trống, tôi thấy vũ khí bày la liệt, có cả hai khẩu súng cối 60 ly dựng dưới gốc cây, vài khẩu đại liên, trung liên với những hòm đạn cũ kỹ, các loại súng nhẹ máng trên cành cây hoặc chụm ba lại thành giá súng dưới đất. Cơm nước xong, mọi người lại lục tục kéo vào ngôi nhà lớn. Sân khấu đêm qua bây giờ được di chuyển ra giữa nhà, trên đặt một sa bàn y hệt đồn Pháp. Mọi người vào ngồi xung quanh. Đợi ai nấy yên vị, ông Lê Lân đứng dậy, tay cầm một thanh que dài chỉ lên sa bàn nhắc lại nhiệm vụ của từng đơn vị. Đồn có bao nhiêu sĩ quan chỉ huy, bao nhiêu lính Pháp, bao nhiêu lính Partisan, bao nhiêu lính ta, lính Thổ, bao nhiêu súng nặng nhẹ, bao nhiêu xe, bao nhiêu lương thực, kho đạn để chỗ nào, tinh thần lính trong đồn ra sao, nhất nhất đều đã được nội tuyến báo cáo đầy đủ. Không khí thật trang nghiêm. Tôi nhìn nét mặt mọi người rắn đanh như sắt thép. Lúc này tôi mới có dịp nhìn rõ ông Lê Lân. Người ông tầm thước, khuôn mặt không có gì đặc biệt, nước da tái, hai môi dầy, thâm, nhưng cặp mắt như có tia điện quang chiếu lấp lánh, giọng nói gằn từng tiếng, sắc lạnh, nghe tàn nhẫn.

Trời sâm sẩm tối, mọi người được lệnh lên đường. Bộ đội vũ trang súng ống đạn dược đeo đầy trên người. Đội cảm tử cầm những ống bộc phá nội hóa dài, thang tre và kìm cắt dây thép gai. Tôi cũng khoác súng lên đi theo toán du kích do anh đội trưởng hướng dẫn. Chúng tôi, tay chống gậy tre, đi trong im lặng xuyên qua những cánh rừng thâm u rùng rợn giữa tiếng côn trùng rỉ rả. Đến gần nửa đêm thì có lệnh dừng lại, chia quân thành hai toán, một toán lên công đồn, toán kia bố trí chỗ phục kích viện binh địch. Chiến thuật công đồn đả viện này được các đồng chí Trung quốc dạy kỹ lắm. Tôi đi theo toán quân công đồn, tiếp tục đi nữa. Tiếng súng đại bác của Pháp từ trong đồn bắn đi ầm vang cả núi rừng, nhưng đấy chỉ là tiếng súng cầm canh thường lệ, bắn vu vơ. Đi cả tiếng đồng hồ nữa, tôi được lệnh nằm chờ sau mấy mô đất. Dưới ánh sao trời, tôi lờ mờ trông thấy cái đồn Pháp. Tiếng súng đại bác đã dứt, chỉ còn tiếng đêm của núi rừng yếu ớt, đứt quãng như đang thoi thóp chờ đợi cái gì hung bạo khiếp hãi sắp xảy ra. Không biết bộ đội nấp ở đâu, họ như bóng ma, mới thấy đó đã biến đâu mất tăm. Tôi thấy hồi hộp trong lòng. Chẳng gì khổ sở hơn khi phải chờ đợi ở những giây phút nặng nề nghẹt thở như vầy, nhưng tôi vẫn phải chờ.

Đồn bót là một thất bại lớn trong chiến lược chống Việt Minh lúc bấy giờ của Pháp. Để đương đầu một đoàn quân lúc ẩn lúc hiện như bóng ma, Pháp cho quân mình chường mặt ra trong những đồn bót đặt khắp nơi, phơi bày như những bia tập bắn. Việt Minh nắm thế chủ động. Tuy không đủ quân xa, hoàn toàn không có phi cơ, nhưng họ muốn đi đâu, muốn đánh chỗ nào, lúc nào, tùy ý. Trong khi quân Pháp chết bẹp dí trong những pháo đài chẳng lấy gì làm kiên cố, thường lại không đúng chỗ hoặc không thể giữ được vì vị thế hiểm trở, tiếp tế và cứu viện khó khăn, như cái đồn bộ đội sắp "nhổ" đây. Nó nằm trơ trọi giữa một mỏm đất cao, từ đó dùng ống nhòm có thể dễ dàng quan sát quốc lộ chạy dài bên dưới, nhưng chẳng ai ngu dại vác súng đi ngờ ngờ trên quốc lộ cho bị phát hiện. Các tướng lĩnh Pháp, ông nào ông nấy đầy sao lấp lánh trên cầu vai binh phục – năm sao như Carpentier, Navarre, bốn sao như Valluy, Salan, ba sao như Alessandri, De Linarès – mà sao không nhớ nổi lời dạy của Napoléon: *Les forts sont faits pour être pris!*

Hơi lạnh của núi rừng bây giờ thấm vào người tôi, mặc dù tôi đã thủ chiếc áo dạ bên trong bộ quần áo vải dân quân màu đen bạc phếch. Hình như tôi thiếp đi thì phải. Lạnh thế mà vẫn ngủ được. Tôi chỉ choàng tỉnh khi nghe tiếng súng cối nổ phát đầu tiên và tiếng đạn xé gió rít trên không trung nghe rợn người, và tiếp theo là tiếng súng lớn nhỏ nổ dồn dập liên hồi. Khi hai quả hỏa châu tỏa sáng trước cổng đồn, tôi thấy bộ đội cầm súng vừa bắn vừa chạy lên. Họ dũng cảm lắm, súng bắn xuống như mưa mà vừa nghe tiếng "Xung phong!" là họ cúi rạp người chạy lên, không hề chần chừ. Đội cảm tử đã cắt đứt hàng rào thép gai vừa đủ chỗ cho một người lọt qua, nhưng hai khẩu đại liên từ sau lô cốt và mấy chục họng súng nhỏ khạc lửa ra dữ dội khiến hết lớp xung phong này đến lớp khác lao lên mà vẫn chưa dứt điểm được. Một lúc lâu sau, tiếng súng thưa dần, không thấy bộ đội xung phong nữa, tôi tưởng trận chiến đã kết thúc. Nhưng không. Chỉ mươi phút sau tiếng súng lại nổ giòn, lần này ở phía sau đồn chứ không phải phía trước. Một toán bộ đội cảm tử khác dùng thang tre trèo lên đột kích sau đồn, nơi phòng vệ yếu hơn. Vài bộ đội đã tràn vào sân đồn, hai khẩu đại liên quay mũi, và chỉ đợi có thế, hai anh bộ đội từ phía trước liều chết phóng lên ném tới tấp những ống bộc phá. Bộc phá nội hóa chỉ gây tiếng nổ mạnh chứ ít khi gây tử vong, nhưng đủ làm chấn động nghẹt thở quân địch trong tích tắc, và tại chiến trường một tích tắc là quá đủ cho một tràng đạn từ phía bên kia ghim lên thân xác mình. Lúc đó, hàng rào dây thép gai đã mở toang, chiếc cổng lớn cũng bị trung liên bắn sập, bộ đội túa lên như đàn ong vỡ tổ. Mãi lúc bấy giờ mới nghe anh đội trưởng du kích hô to "Anh em xung phong!" Tôi lồm cồm ngồi dậy ôm súng chạy lên đồn. Xung phong cái quái gì nữa, giống như đang tập trận giả thôi. Xác bộ đội nằm kín lối đi, người chết kẻ bị thương. Vài bó đuốc được đốt lên soi sáng cảnh chiến trường tan hoang, hãi hùng. Đội cứu thương đang làm phận sự. Cả cái đồn bốn, năm chục lính Pháp, lính Việt, lính Thổ, đầu bếp, lao công, không ai sống sót, người buông súng giơ tay đầu hàng cũng bị bắn, kẻ bị thương được bồi một phát ân huệ vào đầu. Không có tù binh.

Cáng tre được đem lên khiêng bộ đội tử trận và bị thương. Tôi thuộc toán này. Nhưng lúc tôi đến nơi, họ đã làm gần xong. Tôi được chỉ định khiêng chiến lợi phẩm gồm súng ống, đạn dược, thuốc men, thực phẩm, và cả thuốc lá. Chạy lục soát các phòng, tôi bỗng thấy mình lọt vào phòng của trưởng đồn, tôi đoán thế, vì phòng có giường nệm và bộ quân phục quan Ba còn vắt trên thành ghế. Đồ vật tung tóe dưới sàn, tôi thấy một khung ảnh. Tôi nhặt lên xem, mặc dù mặt kính đã vỡ, tôi vẫn thấy ảnh một thiếu phụ da trắng bế một cậu bé trai kháu khỉnh. Chắc là vợ con người trưởng đồn. Ông ta không kịp mặc quân phục, cầm súng ra chiến đấu và bây giờ chết bỏ xác ở đây. Vợ ông ta nghĩ gì khi nghe tin chồng mình tử trận ở cái chốn đèo heo hút gió này? Còn thằng con? Nó mất cha từ khi chưa biết nói, tương lai nó sẽ ra sao? Nhưng tôi không có thời gian nghĩ ngợi thêm vì có tiếng người lao xao ở phía trước. Tôi chạy ra, thấy thiếu tá Lê Lân đang đứng trước một xác chết còn mặc đồ ngủ kiểu nhà binh một mảnh liền từ cổ xuống chân bó sát người, chắc là xác người trưởng đồn mà tôi vừa xem ảnh vợ con ông ta. Dưới ánh đuốc, tôi thấy ông ta còn trẻ lắm, chắc không quá ba mươi, râu quai nón và tóc màu hung đỏ. Ông bị một tràng đạn ghim lên ngực, máu ướt thẫm bộ đồ ngủ màu trắng ngà. Đứng cạnh là anh Sơn. Mấy người bộ đội khác đứng vòng ngoài, tay hờm súng trong tư thế tác chiến. Tôi nghe ông Lê Lân quát bảo anh Sơn:

"Đồng chí Sơn! Tôi ra lệnh cho đồng chí cắt đầu thằng Tây

này cho tôi. Tại sao đồng chí cãi lệnh tôi, hử?"

"Tôi không quen làm công việc này. Xin đồng chí chỉ định một đồng chí khác." Anh Sơn gượng gạo trả lời.

"Chúng ta không có thời gian. Đồng chí phải làm ngay. Đồng chí mà còn từ chối, tôi sẽ ghép đồng chí vào tội bất tuân lệnh thượng cấp, đồng chí sẽ phải chịu hình phạt kỷ luật."

Anh Sơn miễn cưỡng ngồi thụp xuống bên xác người sĩ quan Pháp. Anh thò tay ra sau định tìm dao nhưng chắc chợt nhớ mình không có dao găm hay con dao lạc đâu mất, anh ngẩn ngừ trong chốc lát rồi rút lưỡi lê từ đầu khẩu súng trường ra, dùng nó cứa cổ cái xác. Nhưng cái lưỡi lê dài cả nửa thước dùng để đâm, muốn cắt không dễ dàng, anh cứa đi cứa lại mãi mà chỉ có tí máu rướm ra, yết hầu của người trưởng đồn vẫn không đứt. Anh bèn chọc mạnh lưỡi lê vào một bên cổ đoạn dùng sức giật ngược ra. Máu ộc ra thành vũng dưới đất. Anh làm mấy lượt như thế mà cái đầu vẫn không đứt hẳn. Bây giờ dây nhợ lòng thòng đỏ loét, không biết là những thứ gì, từ trong cổ người trưởng đồn theo lưỡi lê xổ tung ra bầy nhầy như lũ giun sán. Loi nhoi lúc nhúc. Anh vẫn kiên nhẫn chọc vào giật ra từng mảnh nhỏ một. Cái cổ người trưởng đồn nát ngướu nhưng nó không chịu đứt lìa vì cột sống vẫn dính liền với đầu. Anh có vẻ lúng túng, chẳng biết phải làm sao. Cuối cùng anh trở ngược báng súng đập cho giập nát chỗ cột sống mới bứt được cái đầu ra khỏi thân mình. Anh túm tóc cái đầu lâu khủng khiếp đưa cho ông Lê Lân. Ông này cầm lên nhìn chòng chọc, mặt ông đanh lại, nhổ một bãi nước bọt vào mặt nó. Đoạn ông ra lệnh cho một anh bộ đội khác cắm nó vào một cây sào tre đem dựng trước cổng đồn. Tôi thấy anh Sơn cầm súng lên lảo đảo đi vài bước rồi ôm ngực nôn thốc nôn tháo. Một lúc lâu sau anh mới định thần lại được và theo đoàn người, hai người khiêng một cái cáng, dò dẫm từng bước đi xuống chân đồi, bỏ lại phía sau cái đồn đang bốc cháy với cái đầu lâu của người trưởng đồn lắc lư trên đầu ngọn sào. Nhìn theo. Những sợi dây lòng thòng từ cái cổ nát, chẳng biết là gì, dây thần kinh, gân, động mạch, tĩnh mạch, đung đưa như lá phướn vẫy chào đoàn chiến binh, hẹn ngày tái ngộ.

Các sợi dây thần kinh trong người tôi hình như đều quá

mức chịu đựng, nhưng không hiểu sao tôi đứng đó như trời trồng nhìn cho đến hết cái màn cắt đầu chỉ có thể diễn ra dưới địa ngục. Nó như cơn ác mộng. Không, có lẽ khủng khiếp hơn ác mộng, vì trong ác mộng, tuy ta chẳng trốn vào đâu được nhưng khi tỉnh giấc những hình ảnh đó phai nhạt dần rồi biến mất hẳn khỏi tâm trí. Còn sự thật tôi chứng kiến khiếp đảm hơn ác mộng vì chẳng hiểu sao nó bắt tôi đứng đó thu hết từng chi tiết vào ký ức, và nó vẫn bám chặt tôi, bắt tôi chịu đựng sự hành hạ của nó suốt đời.

16.

Về lại buôn bản sau trận công đồn, ngay chiều hôm sau, tôi ra suối chờ Xụ Phụn Phèn. Tôi biết hằng ngày cô ra nương ngô, lúc về, ra suối tắm rồi mới về nhà. Cô và các bạn của cô. Nơi các cô tắm là một duềnh nước trong vắt. Con suối đổ từ cao xuống đến đây biến thành cái vụng to, cây cỏ um tùm xung quanh che rợp, nhưng tôi biết một chỗ kín đáo rình xem các cô tắm (kinh nghiệm từ ngày theo đám nhãi ranh làng Thụy Khuê xem trộm cô con gái cụ Chánh Phùng Gia Tuyên). Nhưng từ ngày cô và tôi trở thành tình nhân, cô cấm tuyệt tôi không được làm cái trò khỉ ấy nữa. Cô hẹn tôi ở một nơi khác, mãi tận khúc suối trên nguồn cách xa cả cây số, vắng vẻ. Tắm xong, cô về nhà làm cơm bỏ vào ống tre đem ra cho tôi và cô cùng ăn. Tại đây có một cái lán xiêu vẹo bỏ không, tôi sửa sang, dọn dẹp thành căn lều lý tưởng cho hai chúng tôi yêu nhau.

Tôi ngồi chờ một lát thì cô đến. Cô mừng đến chảy nước mắt khi thấy tôi trở về nguyên vẹn. Tôi bảo cô tôi có phải đánh đấm gì đâu mà chẳng nguyên vẹn, tôi chỉ là anh dân quân đi theo dọn dẹp chiến trường, nhưng cô có vẻ khâm phục tôi lắm. Trong mắt cô, chắc tôi là một anh hùng cái thế, đánh đông dẹp bắc, trừ loạn cứu dân. Tôi lục ba-lô lấy ra hai món vật đưa cho cô, một chiếc đồng hồ dạ quang và chiếc xuyến vàng lóng lánh:

"*Kử* nhặt được ở đồn Pháp. Đồng hồ cho *phỉ*, còn cái xuyến cho *kõ*."

Cô trố mắt nhìn hai món vật. Đó là cả một gia tài to lớn đối với cô, tôi nhặt được trong lúc đi lục soát cái đồn Tây, và mặc dù anh Mẫn luôn mồm gọi tôi là thằng mán rừng, nhưng tôi đủ khôn ngoan giấu hai món vật trong ba-lô đem về làm quà cho Phèn. Cô cảm động nhìn tôi âu yếm rồi cởi áo, cầm tay tôi đặt lên ngực mình. Vú cô bé lắm, chỉ nhỉnh hơn quả cau một chút, nhưng đầu vú to, màu hồng. Tôi thích nghịch vú cô. Cô biết thế. Tôi đưa môi hôn cô, tay mân mê đầu vú xinh xắn, ngọt ngào.

17.

Tiểu đoàn của ông Lê Lân đang dưỡng quân và chờ bổ sung quân số. Sau trận công đồn, mặc dù triệt hạ được đồn theo lệnh cấp trên, giết sạch bốn, năm chục lính và sĩ quan đóng trong đồn, nhưng tiểu đoàn ông bị thiệt hại nặng. Gần hai trăm bộ đội chết và bị thương. Không thấy anh Sơn về buôn bản gặp tôi nói chuyện vãn nữa. Không hiểu sau cái màn cắt đầu người ấy, anh còn bình tĩnh viết xuống sổ tay trải nghiệm này để mai sau viết tiểu thuyết không. Tôi được điều sang một đơn vị dân quân khác lên Lào Kai tiếp thu súng ống, đạn dược của Trung quốc. Lúc này bên Trung quốc, Mao Trạch Đông đã đánh đuổi xong quân Tưởng Giới Thạch sang đảo Đài Loan, súng đạn thừa mứa, nên họ viện trợ cho Việt Minh đánh Pháp. Mỗi chuyến đi như vậy thường mất cả hai, ba tháng trời, mặc dù có quân xa chở vũ khí đạn dược. Lý do chậm vì xe chỉ dám chạy ban đêm để tránh máy bay Pháp không tập, và không phải lúc nào cũng ngồi xe. Có những đoạn đường cả đoàn dân quân gần trăm người phải dùng ngựa hay xe đạp thồ, hoặc vác súng trên vai đi phân phối cho các đơn vị chiến đấu ở vùng xa hiểm trở. Tôi đi được hai chuyến, mất hơn năm tháng trời thì có lệnh trở về đơn vị cũ, chờ. Tàu hỏa từ Kôn Minh có trục trặc gì đó, chưa sang biên giới được. Tôi về buôn, định bụng gặp Xụ Phụn Phèn tặng cô cái khăn trùm tóc bằng lụa Tô Châu tôi mua ở chợ Cốc Lếu. Tôi nôn nao, tưởng tượng lúc ôm Xụ Phụn Phèn vào lòng. Gần nửa năm trời xa cách, nhớ lắm, và tôi biết Xụ Phụn Phèn cũng nhớ tôi chẳng kém. Nhưng khi về gần đến thôn bản, linh tính báo cho tôi biết có chuyện chẳng lành, và tôi không thể tin mắt mình khi trước mặt tôi, cả cái buôn bị cháy rụi, không một căn nhà nào còn, không một dấu hiệu nào cho thấy bất cứ một sinh linh nào còn sống, con người cũng như con vật. Tôi bàng hoàng đến tê tái cả người. Chuyện gì xảy ra? Cả một buôn bản, gần ba trăm con người biến đi đâu? Nhà cửa chỉ còn lại những đám tro than bắt đầu nguội lạnh. Tôi kinh hãi chạy như điên dại trên đống tro tàn. Nhà Xụ Phụn Phèn, căn khang trang nhất buôn, nằm lấp lửng trên một triền đồi, có bậc cấp bằng đá xanh đi lên, cột gỗ kê, đòn tay tre, ba gian, hai chái, mái chảy, với hàng cây đào, mận sum suê đằng trước, cũng cháy nham nhở, sụp đổ tan tành, không sao nhận ra được nữa.

Tôi quá đỗi hoang mang như trong ác mộng. Không một bóng người cho tôi hỏi thăm. Tất cả im lặng đến ghê người, chỉ có tiếng u u từ cõi mịt mùng của núi rừng vọng đến cùng tiếng gió đánh vào cành lá kêu xào xạc. Tôi chạy ra bờ suối nơi tôi và Xụ Phụn Phèn thường hẹn hò. Có lẽ mấy hôm nay mưa to trên thượng nguồn nên bây giờ con suối là một cái thác nhỏ, nước bắn tung tóe trên những tảng đá to tròn nằm hỗn độn hai bên bờ. Không có gì khác lạ. Đứng nhìn con suối một lúc lâu, đầu óc trống rỗng, tôi thẫn thờ đi trở lại buôn. "Phải tìm cho ra lẽ chuyện gì đã xảy ra nơi đây. Ai là thủ phạm gây nên thảm cảnh này?" Tôi nhủ lòng như thế.

Ý nghĩ đầu tiên đến với tôi lúc mới nhìn thấy cảnh tượng không thể tin nổi này là Pháp đánh vào thôn bản và đốt sạch nhà cửa vì dân chống cự. Nhưng sau giây phút đầu tiên bất ngờ choáng váng, suy nghĩ lại, tôi thấy điều ấy không hợp lý. Không hề có một dấu hiệu nào cho thấy có giao tranh xảy ra, không một thân cây nào có vết đạn, các lán vẫn nguyên vẹn, chỉ nhà người H'Mông bị đốt cháy rụi. Những quan sát đó khiến tôi càng hoang mang. Chẳng lẽ họ thiêu hủy toàn bộ thôn bản của mình để dời sang một vùng khác làm nương rẫy mới? Không đời nào. Người H'Mông không phải dân du mục, họ làm rẫy, và sống chết bám chặt lấy mảnh đất cũ kỹ của mình. Với những suy nghĩ ấy, tôi lấy lương khô trong ba-lô ra ăn rồi tìm chỗ ngủ.

Thực chất, người H'Mông không quan tâm lắm đến cuộc chiến này. Họ xem đó là chuyện giữa người Kinh và người Pháp, phe nào thắng, phe nào thua, cuộc sống họ không thay đổi. Tuy nhiên, họ không sống yên vì bị lôi kéo vào chiến tranh một cách bất đắc dĩ. Việt Minh dùng núi rừng nơi họ sinh sống làm an toàn khu, và mặc dù không muốn, họ đành chấp nhận vì không có chọn lựa nào khác. Dĩ nhiên Việt Minh phủ dụ, lôi kéo họ về phe mình chống Pháp, nhưng họ quen tự do xưa nay, họ có một số lề thói, tập tục riêng và cuộc sống họ không bị câu thúc bởi bất cứ luật lệ, nguyên tắc chỉ đạo nào từ bên ngoài. Bởi thế đã có không ít những mâu thuẫn bất mãn xảy ra.

Lúc đó có lẽ tôi không nhận thức được điều này, nhưng một cách mơ hồ, tôi linh cảm những gì tôi chứng kiến không do Pháp gây ra.

Hôm sau tôi mò sang buôn kế cận cách đó chừng hai mươi cây số. Tại đây tôi gặp lại một anh trong đội dân quân du kích, và từ anh ta, tôi biết sự thật. Một sự thật quá đau lòng. Anh dân quân có lẽ chỉ biết đánh vần, thêm tật nói lắp, nhưng từ những điều anh ta kể, tôi có thể chắp nối sự việc xảy ra như sau:

Người trưởng đồn bị cắt đầu là em ruột một ông Đại tá Pháp đang chỉ huy một lữ đoàn Nhảy Dù. Ông ta điên lên vì tức giận khi hay tin em mình bị bêu đầu, ông ta yêu cầu cấp trên cho ông ta toàn quyền xử lý vụ trừng phạt đơn vị Việt Minh đã gây nên "tội ác." Sau khi nhận được chấp lệnh, việc đầu tiên ông ta làm là dùng của cải đút lót các thôn bản quanh vùng để lấy thông tin chỗ trú quân của tiểu đoàn ông Lê Lân. Một người trong thôn bản của Xụ Phụn Phèn tham của hay bất mãn Việt Minh, ra mật khai hết tình hình của tiểu đoàn, vị trí chỗ trú quân, quân số bộ đội, cho Pháp. Thế là nổ ra một cuộc hành quân truy quét quy mô ba gọng kềm có xe bọc sắt và phi cơ yểm trợ đánh vào an toàn khu. Bị đánh bất ngờ, nhưng nhờ đường dây báo động hữu hiệu và canh gác kỹ lưỡng nên chỉ hơn hai mươi bộ đội bỏ xác lại, và khoảng ba chục người khác bị thương, tiểu đoàn thoát hiểm kịp, trong đó có ông Lê Lân, mở đường máu chạy tuốt về một an toàn khu khác ở Sơn La. Một tháng sau khi quân Pháp rút đi, sự việc người trong thôn bản ra mật khai với Pháp bay đến tai ông Lê Lân. (Nội tuyến của kháng chiến có mặt hầu như khắp mọi nơi). Thế là, đích thân ông Lê Lân – theo lời anh Sơn, vốn là người ghét tay sai, chỉ điểm cho Pháp hơn cả Pháp – chỉ huy một đại đội về thôn bản, nửa đêm lùa hết dân chúng ra bờ suối. Những người dân H'Mông xưa nay chỉ biết làm nương rẫy, trong tay chỉ có vài cây rìu, vài con dao, làm sao chống cự nổi súng đạn. Có lẽ cũng có vài anh thanh niên liều mình đánh trả, nhưng cuối cùng tất cả già trẻ lớn bé bị lùa hết ra bờ suối. Đêm đó trời mưa như trút nước, anh dân quân kể, con suối bình thường nước chảy lờ đờ, đêm đó biến thành một dòng thác lũ, nước chảy cuồn cuộn. Sau khi bắt mọi người đứng quay lưng nhìn xuống suối, một viên đạn vào sau ót, một cái đạp, xác người đó lập tức biến mất trong làn nước hung hãn. Không phải từng người mà hàng chục người mỗi lượt. Không phải ai cũng lãnh đạn, có kẻ bị bổ rìu vào đầu, óc phọt ra. Trẻ em sơ sinh không bị bắn, cũng không bị rìu bổ, họ nắm cổ chân đứa bé quật vào thân cây to, óc vỡ toang, và tiện đà ném bay cái xác nhỏ xíu xuống suối.

Chỉ một loáng, gần ba trăm con người đã bị xử tử như thế.

"Cháu sợ quá, cậu ạ." Anh dân quân gọi tôi bằng cậu, xưng cháu, chứ không "đồng chí" nữa, mặc dù anh hơn tôi ít nhất cả chục tuổi. Tôi nhìn thấy nét khiếp hãi trong cử chỉ, giọng nói run run, ánh mắt thất thần của anh.

"Rồi sao nữa?" Tôi hỏi anh.

"Họ ra lệnh cho dân quân du kích chúng cháu ở lại mấy hôm sau chờ tạnh mưa đốt hết nhà cửa trong thôn bản. Cả một cái thôn bản không còn một mống."

Tôi thừ người nghe anh kể, tôi không biết suy nghĩ gì nữa. Một sự thật ngoài mức tưởng tượng của tôi. Anh dân quân lại nói tiếp:

"Cháu không hiểu nổi, cậu ạ. Cháu cũng không hiểu một điều nữa là khi bị xử tử, những người H'Mông này, họ không thốt một lời kêu van, tất cả im lặng, cúi đầu chịu chết. Thành thử suốt buổi, cháu không nghe một tiếng động nào ngoài tiếng súng độp độp, tiếng khóc như ri của đám trẻ nít lẫn tiếng suối chảy và tiếng mưa. Lạ lùng lắm cơ… À, suýt tí nữa thì cháu quên, lúc này đầu óc cháu mụ mẫm lắm, chả còn nhớ cái gì nữa."

Anh rút từ trong ba-lô ra một cái túi thổ cẩm nhỏ bằng bàn tay đưa cho tôi.

"Lúc cháu đang đốc suất dân thôn bản di chuyển ra khỏi nhà, bỗng một cô gái chạy lại đưa cho cháu cái này, nhờ cháu đưa lại cho cậu. Cô ấy nói tiếng Kinh mình sõi lắm và gọi đích danh cậu. Cháu bảo cô ấy cứ an tâm, 'Tôi hứa sẽ làm tròn lời cô dặn.'

Thế rồi cô ấy lầm lũi đi theo đoàn người ra bờ suối."

Tôi cầm cái túi thổ cẩm nhỏ. Tôi biết vật gì bên trong. Tôi cũng biết từ nay, nó là món vật duy nhất còn lại cho tôi liên tưởng đến hình ảnh Xụ Phụn Phèn.

"Đơn vị mình tan rã cả rồi, anh định làm gì bây giờ?" Tôi hỏi anh dân quân.

"Cháu định về lại nhà cháu ở Nghĩa Lộ, chứ cháu sợ lắm…"

"Anh phải báo cáo lên đơn vị rồi chờ quyết định, nếu không, họ sẽ xử bắn anh về tội bỏ ngũ."

"Vâng, cháu biết... Nhưng cháu không sống ở đây được nữa. Về Nghĩa Lộ cháu sẽ tìm đường trốn sang Lào, cậu ạ. Gia đình cháu có mấy người trốn sang Lào từ trước kháng chiến. Sang đấy, may ra cháu tìm được đất sống. Cháu bị bắt vào dân quân, chứ cháu nào có muốn cầm súng đánh giặc như thế này."

Tôi chia tay anh dân quân, chúc anh may mắn. Tôi không biết mình sẽ đi đâu, nhưng tôi phải ra khỏi vùng núi rừng này. Nó kinh khiếp quá đỗi. Con suối trước kia xinh đẹp thơ mộng dường nào, bây giờ là suối máu. Đoạn tôi nghĩ giá mình không bị điều đi tải vũ khí suốt mấy tháng vừa qua thì chắc cũng bị bắt vào đội dân quân đi đốt nhà Xụ Phụn Phèn, và biết đâu tôi phải chứng kiến cái chết của cô. Càng nghĩ tôi càng kinh hãi, thế rồi tôi băng rừng, cứ nhắm bừa phía trước mà đi, vừa đi vừa gọi tên Xụ Phụn Phèn. Ôi, cô gái H'Mông xinh đẹp! Tình yêu của cô cho tôi, nó hoang dại như núi rừng này, nhưng nó say đắm và tinh tuyền như tình yêu của loài muông thú. Nhờ nó, muông thú tìm đến nhau, trái đất này còn tồn tại. Nó giữ cho trái đất khỏi nổ tung. Nhưng nó bị người ta lấy mất của tôi, bởi người ta đang có một âm mưu kinh khiếp là toa rập nhau phá vỡ trái đất ra thành nhiều mảnh vụn, không cách gì hàn gắn lại được.

TRỊNH Y THƯ

SAN PHI
Đi giữa Thực và Mơ – Đọc "tháng năm là mộng đang đi" của nhà thơ Nguyễn Thị Khánh Minh

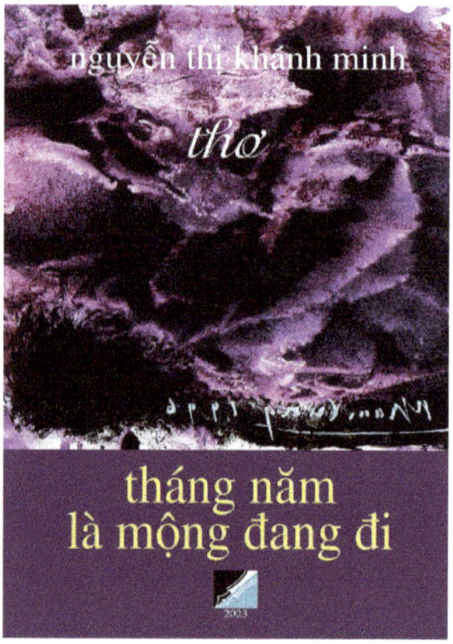

1. Khúc Lục Bát Tạ Ơn

Chữ dậy men hương ngọt còn đọng lại trên vân tay, tôi lạc bước vào thế giới thi ca của nhà thơ Nguyễn Thị Khánh Minh. Ở đó, mỗi cảm xúc tinh khôi là một dòng chảy ký ức, kiến tạo nên một vũ trụ nội tâm, nơi thời gian dường như ngưng đọng. Nơi trái tim nghe từng thớ sóng mơ, nơi vầng trăng soi rọi. Chị là một thi sĩ của tình yêu, của nỗi nhớ, và của những điều không thể gọi tên.

Câu thơ mọc cánh rung động vô hình. Thơ của chị không được viết bằng mực, bằng giấy, mà bằng gió, bằng mây, bằng tia nắng lung linh trên tán lá. Hay những hạt sương đêm còn đọng lại trên cánh hoa, là những giấc mơ lãng đãng, những mối tình như dòng suối chảy lúc êm đềm, khi trào cuộn.

Chị thả hồn mình vào từng chữ, những câu chữ nhún nhảy biết nói bài thơ bỗng chốc nở hoa, để niềm vui mong manh trở nên thuần khiết. Chị yêu cái đẹp, dù đó là cái đẹp của hạnh phúc hay cái đẹp của sự tan vỡ.

Lời ngỏ của nhà thơ Nguyễn Thị Khánh Minh là một sự tri ân sâu sắc, thể thơ lục bát đã gắn bó từ thuở ấu thơ, thấm đẫm trong tiềm thức và trở thành một phản xạ tự nhiên của cảm xúc. Lục bát được ví như "miếng cơm mớm" nuôi dưỡng tâm hồn, đồng hành cùng chị qua tháng năm.

Trong lời ngỏ, tác giả cũng khẳng định sức quyến rũ riêng biệt của lục bát, dù mang vẻ đẹp chân phương như ca dao hay thâm trầm, sang trọng trong thi ca. Cuối cùng, tập thơ được gom lại như một món quà từ tấc lòng, tri ân đối với thể thơ truyền thống này.

Trăng và nắng vẫn đi, "tôi" luyện giọt đời hư không thành lời chân thành. Với tinh thần tràn đầy lòng biết ơn, chị đã khiêm nhường dâng hiến mình cho thơ ca. Đây là một phần đặc biệt, của chùm thơ "Lục Bát Tạ Ơn", gây ấn tượng mạnh mẽ với giọng điệu nữ tính và nhẹ nhàng. Chị đã dùng những hình ảnh gần gũi đến lạ, từ những điều nhỏ bé, để dệt nên một không gian thơ đầy chất mơ, khiến người đọc như nghe thấy tiếng lòng mình đang gọi.

Những hình ảnh không cầu kỳ, rất chân thực, như một lời tâm tình nhỏ nhẹ. Mỗi bài thơ là lời cảm tạ chân thành với những điều tưởng chừng nhỏ bé nhưng lại ý nghĩa vô cùng.

Thiên nhiên: "giấy trắng mây," "nắng trong," "hạt sương," "dòng sông trôi," "mùa thu trổ sắc vàng."

Con người: "nụ cười," "tiếng cười thân quen," "vẫy tay," "bước đi."

Quê hương: "thân cò lội," "tàu lá chuối," "gói xôi mẹ ủ," "ruộng gầy," "câu hò."

Chị biết ơn cuộc đời, thơ ca, văn học, lịch sử và tri kỷ: "Ơn ngày bao dung," "Ơn nụ cười," "Ơn trần gian," "Ơn thơ," "Ơn câu lục bát," "Cảm xúc hóa sinh câu thơ," "Ơn quê hương," "Giờ học sử," "Ơn thân cò lội" hay những bài thơ dành tặng bạn bè, những nhà văn, nhà thơ như Lê Phương Châu, Duyên, Du Tử Lê…

Trong giấc tôi mơ giấc trôi… Hái trăng nhặt bóng nơi

nghìn bước chân. Trong thơ chị hình ảnh vừa thực, vừa mơ: "giấc mây," "mộng chân trời," "xa gần mơ thực một ta." Đó là một trạng thái tâm hồn tĩnh tại, lặng thinh giữa đêm sâu, nhưng lại dào dạt cảm xúc với chữ. Những hạt thơ chứa đựng bao mơ hồ, lửng lơ, nhưng lại vô cùng cuốn hút, một tâm hồn thanh tịnh. Điều này gợi nhớ đến lời Phật dạy về "Hiện Pháp Lạc Trú" mà chị đã đề cập: "Mộng đời bặt tiếng bi ai / Ta hay là giọng ngân dài? Hư vô…"

Uyển chuyển, mềm mại giọng thơ, trang sách nở nụ biếc tơ chuông thầm thì. Tác phẩm lột trần trụi về niêm luật, đôi khi chỉ với 2-3 chữ mỗi câu, ngắt dòng đầy dụng ý như một tiếng thở dài, một khoảng lặng của cảm xúc, ví dụ: "Em đi / Em bước / Vô vàn / Thanh Lương." Cách viết này tạo nên nhịp điệu riêng, thể hiện sự phóng khoáng trong tâm hồn người làm thơ. Từng con chữ thức giấc như lời thủ thỉ, tâm tình của một người nữ dịu dàng, tinh tế đang chiêm nghiệm cuộc đời, ngắm nhìn bầu trời tự do, cuốn đi những lớp áo lá và tự tìm cho mình câu trả lời.

Hôm qua hạt lệ thâu canh
Sang nay đọng lại trên cành, hạt sương
Hôm qua, lắm mộng đêm trường
Hôm nay ngơ ngác bên đường, bình minh
Hóa ra còn mặt đất xinh…
Hôm qua ngó lên trời xanh
Sợ cái mênh mông làm thành cỏ mộ
Hôm nay nhìn lên lần nữa
Mầu xanh ơi lộng gió lòng tôi
Ăn thua là ở nụ cười…
(Trích "Ơn Nụ Cười")

Bài thơ bắt đầu bằng hình ảnh một đêm dài thâu canh đầy nước mắt. Hạt nước cựa mình không tan biến mà đọng lại, hóa thành hạt sương trên cành lá. Nỗi buồn, sự đau khổ của đêm đi qua ánh chiều "lắng lọc" và trở nên tinh khiết, dịu dàng hơn khi ngày mới đến. "Hôm qua" là một đêm dài mệt mỏi với "lắm mộng đêm trường," nhưng "hôm nay" thì mọi thứ đều nhẹ tênh, bình yên. Ta thấy một sự ngơ ngác đầy bất ngờ trước vẻ đẹp của buổi bình minh, khi mọi lo âu đã tan biến, nhường chỗ cho cảm giác ngỡ ngàng, hạnh phúc khi nhận ra "còn mặt đất xinh" biết bao. "Hôm qua" là nỗi sợ hãi về sự mênh mông của trời xanh, sợ sẽ trở thành "cỏ mộ," một biểu tượng của sự kết thúc. Nhưng "hôm nay," khi nhìn lại, bầu trời xanh trở nên lộng gió. Và rồi, tất cả những uyển ngữ diệu kỳ dẫn đến một câu kết thật ngắn gọn mà sâu sắc: "Ăn thua là ở nụ cười." [...]

Mộng mị đôi lần cau mặt
Ngờ tang thương hóa bảy sắc cầu vồng
Nhạn chao một tiếng ngàn không
Trời xanh. Tóc trắng. Mơ mòng cố hương
Nụ hoa đêm. Vỡ canh trường
Giật mình tỉnh giấc. Con đường đã xa
Dặm ngàn đổ lệ tài hoa
Chân sương đẫm đẫm. Dấu là thiên thu...
(Trích "Dặm Thơ")

Câu thơ "mộng mị đôi lần cau mặt" và sau đó bất ngờ chuyển sang "tang thương hóa bảy sắc cầu vồng" phải chăng là sự chấp nhận, biến nỗi đau thành cái đẹp và hy vọng. Nỗi buồn của kẻ tha hương được lồng vào hình ảnh "nhạn chao một tiếng ngàn không" và "Trời xanh. Tóc trắng. Mơ mòng cố hương," gợi lên nỗi buồn sâu lắng của người con xa quê, hoài niệm về những điều đã cũ. Câu thơ "Nụ hoa đêm. Vỡ canh trường / Giật mình tỉnh giấc. Con đường đã xa" thể hiện sự thức tỉnh đột ngột, nhận ra rằng mọi thứ đã thay đổi, không thể quay lại được nữa. "Dặm ngàn đổ lệ tài hoa" và "Chân sương đẫm đẫm. Dấu là thiên thu" là sự mất mát, nuối tiếc cho những điều đã qua, đã mãi mãi đi vào dĩ vãng.

Một ngàn sợi nắng vân vi
Buộc nhau một chữ yêu vì. Tóc tơ
Em gọi anh là Giấc Mơ
Em gọi anh là bài thơ cuối cùng
Hỏi xem trời đất mung lung

Có ai ghi chữ thủy chung như vầy
Giấc Mơ là để vòng tay
Ta ôm cho trọn phút giây mộng gần
(Trích "Ơn Tóc Tơ")

Ngàn sợi nắng làm cho không gian trở nên lung linh. Những điều nhỏ bé và lớn lao đều xoay quanh một chữ "yêu." "Em gọi anh là 'Giấc Mơ,' chỉ vì anh là tất cả mà em có, bởi vì anh là sự kết thúc ngọt ngào cho mọi kiếm tìm." Anh chính là bến đỗ, là điểm đến cuối cùng. "Một ngàn sợi nắng vân vi / Buộc nhau một chữ yêu vì. Tóc tơ" là một hình ảnh tài tình. Nắng, mây, và tóc tơ – những thứ mong manh nhất lại được buộc chặt bằng một chữ yêu, cho thấy tình yêu này không cần những lời thề non hẹn biển, mà đơn giản là sự gắn kết từ những điều dịu dàng nhất, bền chặt một cách tự nhiên như ngày mai mặt trời sẽ mọc. Khi em hỏi "Trời đất mung lung / Có ai ghi chữ thủy chung như vầy," đó là một lời khẳng định. Giấc mơ ấy là có thật, được ôm anh, được sống trọn vẹn trong tình yêu. Đó là lời thủ thỉ của một trái tim đang yêu, trân trọng trong từng khoảnh khắc.

2. Vẻ Đẹp Biến Tấu Của Thơ Lục Bát

Những dòng thơ lục bát biến tấu của nhà thơ Nguyễn Thị Khánh Minh trong phần hai "Đồng Dao Ta" mang một vẻ đẹp rất riêng, rất đỗi tinh tế. Chị như đang thêu dệt những mảnh lụa cảm xúc, mềm mại lại lấp lánh suy tư. Tôi cảm nhận được ngay sự uyển chuyển trong cách chị chơi đùa với vần, với nhịp. Vẫn là thể thơ lục bát truyền thống, nhưng qua bàn tay biến hóa, trở nên tự do hơn rất nhiều. Chị gọi đó là biến tấu, nhưng với tôi lại là một mê trận thực sự. Người đọc dễ dàng lạc lối bởi cách chị giăng bày những thủ pháp ẩn dụ siêu thực, kết hợp với thủ thuật thả chữ, nhả ý đầy tinh tế. Những bạn đọc mới lâu nay vẫn lân la với vần điệu khuôn sáo cũ. Điểm son là ý tưởng táo bạo mang đến cho người đọc cảm thức mới. Những câu thơ không đi theo lối mòn bởi quy tắc "sáu-tám" và kéo dài, đứt đoạn một cách ngẫu hứng mà vô cùng hợp lý, như những âm vực bất ngờ trong một bản nhạc. Sự biến tấu này là để tạo ra một không gian rộng mở cho cảm xúc, để mỗi từ, mỗi chữ đều có thể bung tỏa hết vẻ đẹp vốn có.

Trong “Nhịp xuân”, cái “nhịp đồng hoa em mẩy hạt” hay “hát thệ chiều em lẫy thắm tà buông” đều gợn lên một bức tranh mùa xuân đầy sức sống. Hay trong “Quê cũ”, chỉ với những hình ảnh giản dị như “sân gạch,” “bóng rơi,” chị đã dậy khơi nỗi nhớ quê hương da diết.

“Đúng nơi bóng ấy. Tôi ngồi” có nhịp 2/4 (Đúng nơi / bóng ấy. / Tôi ngồi).

“*Mỗi sáng trông lên biển trời. Quê cũ*” có nhịp 3/3

Câu sáu chữ và câu tám chữ, với vần điệu và thanh điệu không đồng thuận tuân theo quy tắc nhất định. Dấu chấm biến đổi linh hoạt tạo nên sự hòa hợp giữa cảm xúc bên trong và không gian bên ngoài, thể hiện sự tĩnh lặng, vừa mở ra tâm trạng hoài niệm, đau đáu khi hướng tầm mắt về phía biển trời quê hương. Câu thơ “Đúng nơi bóng ấy. Tôi ngồi” là một điểm nhấn quan trọng kết nối giữa thiên nhiên và con người. “Bóng ấy” chính là cái bóng của chủ thể, của “tôi,” gợi lên sự hiện hữu tĩnh lặng và khiêm nhường. Việc “tôi ngồi” đúng nơi cái bóng rơi xuống.

Điều khiến thơ của nhà thơ Nguyễn Thị Khánh Minh trở nên đặc biệt hơn cả chính là những chiêm nghiệm triết học sâu sắc được lồng ghép một cách nhẹ nhàng. Chị thường đặt ra những câu hỏi về sự tồn tại, về cái tôi, tình yêu và duyên số.

“*Chiều ngậm một nửa mặt trời / Nửa kia còn lại cho đời bình minh*”

Hình ảnh mặt trời chia đôi độc đáo và mang tính biểu đạt cao. Một nửa thuộc về chiều tà, gắn với sự tàn phai; nửa còn lại tiếp tục hành trình mang đến bình minh cho cuộc đời. Điều này thể hiện triết lý về sự tồn tại song song của hai thái cực đối lập trong cuộc sống: Niềm vui và nỗi buồn, hy vọng và tuyệt vọng, ánh sáng và bóng tối. Cuộc sống luôn là sự đấu tranh giữa hai mặt này. Những câu thơ như “Trách chi cười nửa nụ cười” hay “Thốt nhiên còn một nửa tôi”, gợi lên sự mất mát. Cái triết lý ấy không hề nặng nề, khô khan mà thấm đẫm trong từng câu chữ, như những lời thủ thỉ tâm tình với chính mình và bạn đọc.

Đặc biệt, trong “Đồng Dao Ta”, những câu thơ như “Cho ta giờ lại có mình” hay “Năm mươi… ta trốn đi đâu” thể hiện một sự tự vấn nội tâm mạnh mẽ. Chị tìm kiếm sự hòa hợp, sự đủ đầy trong một thế giới đầy biến động. Và có lẽ, câu trả lời không phải là tìm kiếm ở đâu xa, mà là trở về với chính mình, chấp nhận “một” mình với ta để tìm thấy bình yên.

Hóa ra mình đã lạc nhau
Bao năm tìm bóng mà đâu với hình
Cho ta giờ lại có mình…
Ngồi xuống với nhau tình tự
Cõi buồn xưa nhập cõi chữ âm thầm
Tạ nhau, hai cõi tình thâm.
(Trích “Đồng Dao Ta”)

Một tiếng thở dài đầy nuối tiếc, nhưng cũng là sự chấp nhận cái “lạc” – lạc về khoảng cách không gian và lạc lối của tâm hồn. Câu “lại có mình” ở đây thật quý giá, là sự trở về với chính mình, với những cảm xúc và ký ức sau bao năm xa cách. Ngồi xuống “tình tự” với nhau, đối diện với nỗi buồn, là “cõi buồn xưa” đã nhập vào “cõi chữ âm thầm” để trở thành chất liệu tạo nên những vần thơ. Cuối cùng, “Tạ nhau, hai cõi tình thâm” nghe nhẹ nhàng mà thanh thoát, êm dịu mà sâu sắc. Thơ là như phải thế, mang trong mình vẻ đẹp của sự uyển chuyển, của cảm xúc thuần khiết, để rồi lắng đọng sâu sắc.

Với những biến tấu lục bát độc đáo, nhà thơ Nguyễn Thị Khánh Minh đã mở ra một hướng đi mới cho thể thơ này, thể hiện sự sáng tạo không giới hạn. Dù cách tân về vần và nhịp, thơ của chị vẫn giữ được âm hưởng thiết tha, sâu lắng vốn có của thể thơ truyền thống, đồng thời hòa hợp một cách tự nhiên với tư duy thơ hiện đại.

3. Cuộc Đối Thoại Với Thời Gian

“Tháng Năm Là Mộng Đang Đi” không chỉ là một tựa đề mà còn là lời tự vấn xuyên suốt Phần Ba của tập thơ, nơi tác giả bóc tách từng lớp thời gian để tìm về một khái niệm trừu tượng: Liệu thời gian có phải là một thực thể sống động, có hình hài, có cảm xúc? Sự bám víu và trăn trở không ngừng ấy đã tạo nên một dòng chảy triết lý, kết nối những câu thơ đầy ám ảnh. Cảm xúc ấy rõ ràng nhất trong bài thơ:

Đâu ngờ thuở ấy mong manh
Sáng nay chợt nắng, giật mình, hoa xưa…
Nụ đơm từ buổi xuân thơ
Vàng hoa chín muộn. Bây giờ. Mới hay.
(Trích "Mùa Đi")

Câu "giật mình" khi "Sáng nay chợt nắng, giật mình, hoa xưa…" tạo ra một cú chạm cảm xúc mạnh mẽ. Đó là sự ngạc nhiên, sự thức tỉnh khi nhận ra những điều xưa cũ vẫn còn đó, không hề phai nhạt. Hình ảnh "Nụ đơm từ buổi xuân thơ / Vàng hoa chín muộn" là một ẩn dụ tuyệt vời. Những nụ hoa từ thuở ngây thơ, non dại giờ đây đã "chín muộn," trở thành những đóa hoa vàng rực rỡ. Điều này gợi lên cảm giác về sự trưởng thành, về những giá trị của tuổi trẻ mà phải đến khi trải qua dặm dài cuộc sống, ta mới thực sự cảm nhận và thấu hiểu. Và rồi, cụm từ "Bây giờ. Mới hay" như một dấu chấm lửng đầy sức nặng. Nó khẳng định một sự thật, một bài học mà con người chỉ có thể hiểu được khi đã đi qua một chặng đường dài. Tôi chợt nhớ đến câu của triết gia La Mã Seneca. "Non exiguum temporis habemus, sed multum perdimus."Câu này dịch ra tiếng Việt có nghĩa là: "Chúng ta không có ít thời gian, mà là chúng ta đã lãng phí rất nhiều." Seneca nhấn mạnh tầm quan trọng của việc sống trọn vẹn từng khoảnh khắc. Ông cho rằng con người thường lãng phí thời gian và chỉ nhận ra giá trị của nó khi đã muộn. Seneca khuyên chúng ta nên trân trọng hiện tại, vì quá khứ đã qua và tương lai thì chưa tới.

Trong "Mùa Đi," chị dường như đang trò chuyện cùng những mùa đã qua, từ "xuân thơ" đến "thu chín muộn," từ "nắng hạ xưa" đến "mưa gió cũng dứt bài cuồng ca." Sự luân chuyển của bốn mùa là sự thay đổi của thiên nhiên, cũng như sự dịch chuyển của lòng người, những kỷ niệm, của "nỗi đau sao vẫn như vừa chia xa." Nỗi nhớ được cụ thể hóa thành "chiếc nôi nhà" trong "ba mươi còn giấu câu mừng," và sự "lâng lâng" của thời gian thể hiện rõ trong "già thêm một tuổi đất tròn."

Bóng vẫn thế
Đứng một mình
Làm như thể không có hình tôi xưa
Lạc vào một đêm mộng vừa
Gặp tôi
Bóng ngỡ
Tình cờ
Mộng du…
(Trích "Vẽ bóng")

Dưới ngòi bút của chị, "vẽ bóng" đưa ta vào một không gian đầy mơ hồ và suy tư, nơi ranh giới giữa thực và ảo trở nên mờ nhòe. "Bóng vẫn thế, đứng một mình" một nỗi cô đơn, một sự tồn tại tách biệt khỏi chính "tôi xưa" của nó. Cái bóng ở đây có thể là hình ảnh quá khứ, của những ký ức, hoặc thậm chí là một phần con người mà ta đã đánh mất.

Sự trớ trêu của bài thơ nằm ở chỗ, cái bóng tưởng chừng như luôn gắn liền với chúng ta, nhưng lại không nhận ra "tôi" của hiện tại. Khi "lạc vào một đêm mộng vừa," cái tôi hiện tại gặp lại cái bóng của chính mình trong quá khứ, nhưng cái bóng lại ngỡ là "tình cờ mộng du." Điều này dường như đặt ra một câu hỏi day dứt: liệu chúng ta có thực sự hiểu và chấp nhận tất cả những phiên bản của chính mình qua từng giai đoạn của cuộc đời? Đó là một sự chiêm nghiệm lặng lẽ về bản ngã và sự dịch chuyển của thời gian.

Sự phân thân giữa "tôi" và "bóng" tạo nên một không gian triết lý, nơi con người tự vấn về sự tồn tại. Những hình ảnh như "Bóng không đổ xuống, mà buông / Như chiếc lá đã kiệt hồn nhựa xanh..." hay "Ánh sáng làm mặt lạ tôi / Dường như cả cái chỗ ngồi lặng thinh" cho thấy một nỗi cô đơn sâu thẳm, một sự trốn chạy hay tìm kiếm bản thể đã bị lãng quên.

Sự đối lập và hòa quyện giữa nội tâm và ngoại cảnh. Điều làm nên sức hấp dẫn của tập thơ chính là sự đan xen tài tình giữa thế giới nội tâm và thế giới ngoại cảnh. Những hiện tượng của tự nhiên như nắng, mưa, gió, biển... là tấm gương phản chiếu tâm trạng. "Khát nắng. Nghe mưa dầm," "Lúc mưa gió cũng dứt bài cuồng ca," "Biển khuya khoắt thở, cây phiền muộn reo". Lắng nghe hạt thơ khe khẽ trở mình tách vỏ, đánh thức những giấc mơ xanh, rồi dang đôi cánh bay. Thế giới nội tâm lại mở ra vô hạn.

Gìn ký ức nơi bóng hình khao khát. Những cơn mơ ánh nắng vẽ nên một bức tranh đa chiều, vừa lãng mạn vừa thực tại. Mỗi câu chữ chạm vào thôi, đã bỏng rát. Mang trăn trở về thời gian, về những được mất, về những dấu vết cuộc đời đã bén rễ, cắm sâu vào lòng đất. Với giọng thơ nhẹ nhàng, mềm mại, nhưng lại có sức lay động mạnh, chị đã khiến người đọc phải dừng lại, lắng lòng và chiêm nghiệm về chính tâm hồn mình. Phần nào đó, chị đã thành công!

Xin trân trọng cảm ơn tình văn nghệ mà nhà thơ Nguyễn Thị Khánh Minh đã gửi gắm. Được cầm trên tay con tinh thần của chị, tôi cảm nhận tâm hồn được sự kết nối vô hình từ chữ nghĩa. Thi ca như một mối duyên, mỗi áng thơ được sinh ra đều từ một cuộc gặp gỡ định mệnh, và duyên thi ca giữa tôi và chị chính là một trong những cuộc gặp gỡ đẹp đẽ ấy.

SAN PHI
(Sài Gòn ngày 23 tháng 8 năm 2025).

VŨ HOÀNG THƯ
LỜI CHÂN MÂY

Ngày tôi
lên cánh chim gầy
bàng bạc nắng
tiếng gọi bầy đã xa
ôi sông
miết chảy xa nhà
nguồn gọi gió vọng chưa qua chân ngàn
thẫn thờ bước
nếp nhàu lan
bến bờ phôi dựng tràng giang hướng mờ
mái hiên đêm
có còn chờ?
khơi hồng lục tố
tiếp giờ đồng thanh
trong tinh dạ với thâm canh
gọi riêng chiêm mộng lượn quanh ngọn triều
lời thưa
xin chút hương tiêu
giữ thơm ở lại
đăm chiêu chốn người
ngày lửng trôi

tạc thù lơi
với mây vay ý
cõi khơi vơi bồng
thênh thang chảy niệm tình sông
nhà ở đâu?
chạnh vân mồng bến xưa
chiều nghiêng nắng
lũng lân hư
vang sóng nhẹ
ngẫu nhĩ đưa tiếng mời
như thoáng bước
vạn trùng khơi
cánh chuồn điểm nước
khải lời gia hương
nẻo chân mây
cố quận dường
níu xa xăm
những mộng trường còn gieo

VŨ HOÀNG THƯ
Tháng 6, 2025

SA CHI LỆ
THƯ GỞI KYM

Gần hai tháng rồi bận lắm hở Kym
Ừ, thì ở đó ngược xuôi đại hội
Ở đây buồn trắng đất đợi chờ chim
Vú thời gian nhũng mềm hằn thăm thẳm

Tiễn người tình dong ruổi trên quê hương
Phố mường ơi, tu hú gọi dọc đường
Từng chuyến hắt hiu dập dồn vuột thắt
Trố mắt nhìn ươn ướt bóng tình nhân

Ta chắt chiu cặm cụi ghi vào đá
Chút lãng quên ấp trứng trong cây khô
Đôi mắt nở chim kêu ròng nhức nhối
Rặng tương tư trụi lá tự bao giờ…

NĂM NĂM
Năm năm mặc kỷ niệm mù
Trang thư bốc khói vi vu trên ngàn
Thú rừng cũng biết để tang
Ngồi trong kẹt đá quậy bàng hoàng xưa
Trở về gói kỷ vật đưa
Hai bên lửa cháy cho vừa lòng nhau

SA CHI LỆ

SA CHI LỆ
TỰ CHÚC MÌNH

Em vén mây chiều bềnh bồng chết lặng
Dáng nghiêng thành ngây ngất thẹn Ngu Cơ
Muốn bước đi không đành tình quay lại
Hóa thành ong bướm rũ cánh dại khờ
Ta phóng bút ngại ngùng thành vô nghĩa
Đôi tay tròn mộng mị ngợp trăng sao
Ôi! Hoa cỏ dường như cũng nín thở
Bởi mùi hương tỏa nắng một trời thơ…

chợt quên lối về…

Từng bước em chạm hồn đau thế kỷ
Lắm chông gai dối trá lẫn ân tình
Em cõng đời hay mầm sống hồi sinh?
Niềm hy vọng xanh dòng theo nhịp thở…

Suối ngọc tuyền chôn cả một trời thu
Gom thương nhớ đốt thành mây du mục
Tiếng chim trời tắt nghẹn ngất quanh mi
Ánh mắt gợn niềm đau tràn sương khói

Ừ! Thôi ta chúc mình tuổi mòn lộn ngược
Để thấy còn ray rức mộng hương yêu
Mấy mươi năm nếm cay chua ngọt đắng
Mãi si mê mắt biếc tóc vương triều…

SA CHI LỆ

NGÃ PHƯƠNG HUYỀN
Chiếc Chìa Khóa Vạn Năng
– Một Truy Vấn Triết Luận.

Trong suốt lịch sử văn minh, con người không ngừng truy vấn một điều tưởng như đơn sơ mà lại chất chứa muôn vàn bí ẩn:

Liệu có một chiếc chìa khóa vạn năng – một năng lực khai mở mọi cánh cửa tri thức, hạnh phúc, và giải thoát?.

Từ Đông sang Tây, từ huyền thoại đến triết học, hình ảnh chiếc chìa khóa luôn xuất hiện như biểu tượng cho quyền năng tối thượng. Người tìm đạo, kẻ khát tri thức, bậc hiền triết hay kẻ lãng du trong nghệ thuật… tất cả đều mang trong lòng câu hỏi:

Chiếc chìa khóa ấy là gì? Và làm thế nào để ta nắm giữ nó, dù chỉ trong một khoảnh khắc?

Phân tích và truy nguyên
Biểu tượng của chìa khóa

Chìa khóa là dụng cụ để mở – và chính hành động mở ấy gợi ra bản chất của con người: không ngừng vượt thoát khỏi những giới hạn. Một cánh cửa khép kín có thể là bí ẩn của tri thức, sự trói buộc của dục vọng, hay bóng tối của vô minh. Người cầm chìa khóa là kẻ được quyền khai mở, là kẻ chạm tới tự do. Nhưng khi gắn thêm chữ "*vạn năng*", chìa khóa ấy trở thành biểu tượng của một **nguyên lý tối hậu**, có khả năng mở mọi cửa, không bị giới hạn bởi bất kỳ cảnh giới nào.

2. Cách nhìn của các hệ triết học Hy Lạp cổ đại:

Chiếc chìa khóa vạn năng chính là logos – *lý trí phổ quát, trật tự và ngôn ngữ làm nền cho vũ trụ. Thông qua lý trí, con người giải mã được thế giới và đồng thời tìm thấy chính mình.*

Phật giáo:

Chiếc chìa khóa không nằm ở tri thức tích lũy, mà ở ***tuệ giác*** *– cái thấy xuyên suốt bản chất vô thường, vô ngã. Chỉ khi ấy, ta mở cửa ra khỏi vòng luân hồi của khổ đau.*

Đạo Lão:

Chìa khóa chính là ***"vô vi"****, trạng thái buông bỏ sự cưỡng cầu, để hòa tan trong Đạo – cội nguồn vạn hữu. Paradox thay, khi ta thôi tìm chìa khóa, chính Đạo hiện lộ như chiếc chìa khóa.*

Triết học hiện sinh:

Với Kierkegaard, Heidegger, Sartre, chiếc chìa khóa chính là ***TỰ DO.*** *Chỉ khi dám sống trong nỗi lo âu của hư vô, con người mới mở được cánh cửa bản thể chân thực.*

3. Làm thế nào để sở hữu chiếc chìa khóa ấy?

Chiếc chìa khóa vạn năng không thể cất giữ trong túi áo hay treo trên móc cửa. Nó không thuộc về sở hữu vật chất, mà chỉ có thể hiển lộ trong kinh nghiệm sống động của con người.

Trong phút giây thiền định, khi tâm trí an trú, chiếc chìa khóa hiển hiện như một tia sáng soi rọi.

Trong phút giây yêu thương, khi lòng ta hòa tan vào tha nhân, *ta mở cánh cửa nhân tính đích thực.*

Trong phút giây sáng tạo, *khi nghệ sĩ chạm tới nguồn mạch vô biên, tác phẩm trở thành cánh cửa của vô hạn. Chiếc chìa khóa, do đó, không cố định một tên gọi.* Nó có thể là tuệ giác, tình yêu, tự do, hay đơn giản là sự tỉnh thức.

Kết luận: Khoảnh khắc sở hữu vĩnh hằng

Câu hỏi về chiếc chìa khóa vạn năng không dẫn ta đến một vật thể duy nhất, *mà mở ra một hành trình triết luận*:

Chiếc chìa khóa không ở ngoài ta, *mà chính là năng lực tự khai mở bên trong.*

Dù chỉ trong một phút giây – khoảnh khắc thiền quán, giây phút sáng tạo, hoặc giây phút tình yêu thuần khiết – ta vẫn có thể sở hữu nó. Và chính *khoảnh khắc ngắn ngủi ấy lại mang tính* **vĩnh hằng**: ***Một tia chớp soi sáng cả*** đời **người.**

Có lẽ, chiếc chìa khóa vạn năng không phải để cất giữ, mà để được **sống cùng nó**, như kẻ lữ hành cầm theo một ngọn lửa. Khi mỗi người tự trở thành "người giữ chìa khóa" của mình, cánh cửa mở ra không chỉ cho riêng họ, mà còn cho cả nhân loại.

Chú thích & Tham khảo học thuật

Heraclitus (535–475 TCN) – ông sử dụng khái niệm *Logos* để chỉ trật tự phổ quát của vũ trụ, một nguyên lý hợp lý mà con người có thể nhận biết (xem *Fragments*, trích trong *The Presocratic Philosophers*, Kirk & Raven, Cambridge University Press, 1957).

Kinh Bát Nhã Tâm Kinh (*Prajñāpāramitā Hridaya Sūtra*) – văn bản Phật giáo Đại thừa cốt lõi, nhấn mạnh "sắc tức thị không, không tức thị sắc", qua đó chỉ ra chìa khóa giải thoát là *tuệ giác vượt qua nhị nguyên*.

Trang Tử (Nam Hoa Kinh) – thiên *Tề Vật Luận* và *Tiêu Dao Du* nêu rõ tinh thần "vô vi" và hòa nhập với Đạo, coi sự buông bỏ là con đường khai mở chân lý (bản dịch Nguyễn Duy Cần, NXB An Tiêm, 1961).

Søren Kierkegaard (1813–1855) – triết gia hiện sinh Kitô giáo, cho rằng chiếc chìa khóa bản thể nằm ở "niềm tin phi lý" và sự nhảy vọt vượt qua lý trí (xem *Fear and Trembling*, 1843).

Martin Heidegger (1889–1976) – khái niệm *Sein-zum-Tode* (hữu thể-hướng-tới-cái-chết) trong *Being and Time* (1927) cho rằng con người chỉ thực sự sống đích thực khi đối diện với hư vô, và chính tự do trước hư vô là chìa khóa hiện hữu.

Jean-Paul Sartre (1905–1980) – trong *L'Être et le Néant* (*Being and Nothingness*, 1943), Sartre khẳng định con người "bị kết án phải tự do", và tự do là cánh cửa mở ra bản thể chân chính.

Tóm lược cấu trúc chính:

Tiêu đề:

Chiếc Chìa Khóa Vạn Năng – Một Truy Vấn Triết Luận

Dẫn nhập:

Đặt vấn đề – *hình ảnh chiếc chìa khóa vạn năng trong lịch sử tư tưởng.*

Thân bài:

Biểu tượng của chìa khóa (mở – vượt thoát – tự do).

Các cách tiếp cận triết học: Hy Lạp (*logos*), Phật giáo (*tuệ*

Cách "sở hữu" trong khoảnh khắc: thiền định, yêu thương, sáng tạo.

Kết luận:

Chìa khóa không nằm ở ngoài***, mà trong khả*** năng ***tự khai mở nội*** tâm.

Chú thích:

6 nguồn tham khảo từ Heraclitus, Kinh Bát Nhã, Trang Tử, Kierkegaard, Heidegger, Sartre.

Chiếc Chìa Khóa Vạn Năng – Một Truy Vấn Triết Luận

1.Khi con người đi tìm cánh cửa mở ra tri thức, tự do và giải thoát

Từ Logos Hy Lạp đến Tuệ Giác Phật Đà và Tự Do Hiện Sinh

Khoảnh khắc tỉnh thức như vĩnh hằng giữa đời sống hữu hạn

Biểu tượng vượt thời gian của khát vọng khai mở và giải thoát

NGÃ PHƯƠNG HUYỀN

Sep 15 dob hali

NGÃ PHƯƠNG HUYỀN
Tiếng Vọng Núi Đồi

Hiểu là tôi núi đồi tôi khe lũng
Lũng khe theo dòng suối ôm eo rừng
Cây cối bạt ngàn hoa cỏ xanh um
Với khúc hát chim trời không gian không tuổi

Hiểu là tôi như mây mù bay quấn núi
Như váy sương phủ kín hết lưng đồi
Như suối dương cầm, róc rách giọng ca tôi
Ngàn xanh biếc, ôm vào lòng huyễn mộng

Hiểu là tôi hoàng hôn hắt hiu lạc giọng
Thu trải vàng, hồ gợn sóng lung linh
Ơi tiếng gió ru qua tàn lá mỏng
Lòng xôn xao, ngỡ mi chớp mắt em xinh

Hiểu là tôi sắc xuân trong trời xanh thắm
Mùa yêu thương dệt cánh bướm bay về
Cùng trăng lưu ly, soi sáng khắp làng quê
Tôi hòa nhịp với muôn trùng nhựa sống

Hiểu là tôi như đêm hè buồn lẻ bóng
Nhưng không cô đơn, vì em như chùm sao
Sao nhấp nháy, lung linh trên trời cao
Rọi ánh sáng vào miền mơ ta diệu vợi

Hiểu là tôi như cánh chim bay vút tới
Bay lưng trời, phiêu bạt lướt hoang vu
Lướt như đàn tôi, giai điệu lướt phiêu du
Ngân vang mãi, giữa trùng khơi sóng biếc

Hiểu là tôi từng tia nắng trời bất diệt
Luôn bình minh, hồng rực cánh phiêu bồng
Gieo tin yêu khắp nương đồi sông suối
Thổn thức nào, hơi thở cũng nồng say

Hiểu là tôi cùng thời gian bất tận
Như dòng sông ôm trọn bóng trăng ngàn
Trôi thênh thang khắp bến bờ chung thủy
Hòa tan hoà tan, tôi và em miên man…

NGÃ PHUONG HUYỀN

NGUYỄN THỊ KHÁNH MINH
HỎI ĐÁP GIỮA EM - ANH

Em hỏi anh đâu Niềm Vui
– Em ơi hãy nhóm tự bùi nhùi tim
Lửa hoa theo đó mà tìm

Hỏi anh đáy biển mò kim cái Tình
Trong Veo, người biết cho mình?
– Em ơi nhìn nắng bình minh chan hòa

Những thương những ghét người ta?
– Soi gương cho tỏ nụ hoa, nụ cười
Những cho những nhận em ơi

Nương đâu tựa với cuộc đời chông chênh?
– Em xem trò chơi bập bênh
Nhẹ nhàng mà thác mà ghềnh nghe em

Em hỏi anh về Niềm Tin
– Em nhìn xem hạt sương im trên cành
Mỗi chiều mỗi sớm long lanh

Anh hỏi: đâu bóng trời xanh em về
bên anh, dưới vạt trăng khuya?
– Kìa anh, câu hát cá lia thia cùng...

NGUYỄN THỊ KHÁNH MINH

NGUYỄN THỊ KHÁNH MINH

NHỮNG NỬA

1.

Nửa phía bên kia. Chắc xanh
Nghe đâu còn nắng níu mong manh trời
Phía này, tôi như đang rơi

Chiều ngậm một nửa mặt trời
Nửa kia còn lại cho đời bình minh
Sầu câm ở giữa. Đêm thinh

Có khi như chia hai mình
Không sao tìm lại để hình bóng đôi
Trách chi cười nửa nụ cười
2000

2.
Tìm đâu trên chữ. Những lời
Lặng thinh trang giấy im hơi chỗ nằm
Đường xa mỏi bước chân gần
Một nửa cái bóng lần khân chỗ ngồi
Thốt nhiên còn một nửa tôi
2003

NGUYỄN THỊ KHÁNH MINH

NT LỆ THU
Gốc rễ

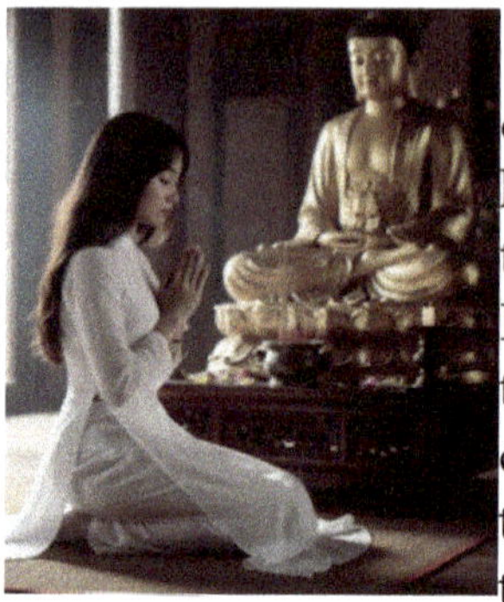

Đêm. Lại là đêm. Nàng quỳ đó, trước điện sen. Mái tóc buông lơi, như một dòng thác đen lặng thinh tuôn tràn trên nền gấm tối. Lòng nàng, một khoảng không thăm thẳm, sâu hơn cả vực thẳm của màn đêm. Ánh đèn dầu u hoài từ ngọn sen vàng đổ bóng lên vách tường loang lổ, gieo vào đáy mắt nàng một nỗi đau lẳng lặng siết chặt lồng ngực. Nước mắt đã cạn. Chỉ còn lại sự trống rỗng, một cái hố đen nuốt trọn mọi thanh âm.

Nàng đã từng nghe tiếng chim hót, thấy ánh mặt trời. Khi anh gieo vào tâm trí nàng hạt mầm tình yêu. "Anh yêu em ngay cả khi em không còn yêu anh." Đó là lời anh đã nói, một lời thề chắc chắn đến mức không thể nào nghi ngờ. Đôi mắt anh, như ngọn hải đăng bất diệt, lấp lánh và vững chãi. "Em là người hiểu anh nhất" đó là lực hút mãnh liệt, một sự đồng điệu hiếm có. Hạt mầm ấy nhanh chóng thành một cây lớn vĩ đại, tán lá xanh che chở, cắm gốc rễ sâu vào từng ngóc ngách của tâm hồn. Mỗi nụ cười, mỗi sự sẻ chia dịu dàng như một dòng nước mát tưới tắm. Nàng đã từng nghĩ, cây sẽ xanh tươi mãi mãi.

Rồi một ngày... Anh bỗng tan biến, như một làn khói mỏng. Không một lời từ biệt, không một dấu vết. Để lại phía sau một khoảng không lạnh lẽo, hệt như anh chưa từng tồn tại. Cây tình yêu kia vẫn còn đó, nhưng lụi tàn, héo úa. Từng chiếc lá vàng rơi, từng nhánh mong manh gãy vụn. Nỗi đau không bùng lên dữ dội. Nó tàn phai chậm rãi, dai dẳng tạo nên một vết thương không thể lành. Anh đã từng sợ một viễn cảnh không có em. Anh đã từng nói, sợ em chỉ là giấc mơ. Phải chăng anh đã tỉnh giấc, và thấy em đã tan biến trước chính anh? Hay chính cây tình yêu kia, đã lặng lẽ gục ngã từ cơn bão vô hình?

"Thưa Đức Phật, nếu duyên đã hết thì phận cũng tan. Nhưng những lời nói kia... chỉ là ảo ảnh? Hạt mầm này, là của dối lừa sao? Con đã yêu sai cách, hay không xứng đáng nhận một lời chia tay trọn vẹn?" Chỉ một lời thôi, một câu "anh hết tình cảm" sao lại khó đến thế? Tàn nhẫn cũng được, để khép lại một chương sách đã úa màu. Đức Phật vẫn lặng thinh, mắt lim dim như mây trôi ngoài cửa điện. Ánh sáng vàng của ngọn đèn dầu vẫn êm đềm hắt lên gương mặt Người. Nàng chợt nhận ra, câu trả lời không nằm ở Đức Phật, không nằm ở người đã đi, mà nằm ở chính cõi lòng mình.

Nàng đứng lên, chắp tay tạ lễ, rồi lặng lẽ bước ra khỏi điện thờ. Bàn tay nàng chạm vào bóng mình in trên tường, thấy nó vẫn vẹn nguyên, không hề tan biến. Nàng bước đi, bỏ lại sau lưng câu hỏi "vì sao" nặng trĩu. Nàng không còn tìm kiếm câu trả lời nữa. Thay vào đó, nàng cảm nhận được một sự thật khác, một sự thật vĩ đại hơn.

Cây tình yêu kia, dù đã héo úa, nhưng gốc rễ thì không thể chết. Nó đã cắm sâu vào tâm hồn nàng, hút lấy từng giọt nước mắt, từng nỗi đau để nuôi dưỡng một sự sống mới. Nàng nhận ra, tình yêu ấy đã trở thành một phần của chính mình. Nó đã biến nàng thành một phiên bản khác: một người biết yêu thương, biết hy vọng, và đủ mạnh mẽ để chấp nhận. Dù hạt mầm được gieo bằng dối lừa hay chân thật, vẫn đã nảy nở và tồn tại mãi mãi trong trái tim nàng. Nó chính là gốc rễ, cắm sâu, nuôi dưỡng nàng, cũng là nguồn sức mạnh để nàng bước tiếp.

NT LỆ THU
Ngày 21 tháng 9 năm 2025

MINH NGUYỄN
Mong Manh Cúc Quỳ

Qua hướng dẫn của anh lơ xe trẻ, Ngữ biết nơi làmviệc sắp đến của mình nằm trên ngọn đồi, nhìn từ hướng rẽ trái. Quả nhiên sau khi dừng xe, bỏ anh xuống bên đường. Từ khoảng trống chiếc xe khách vừa lao đi, Ngữ phát hiện ra ngay trước mắt một con đường nhựa. Con đường dẫn lên dốc cao dựng đứng với hai bên mọc lên những ngôi nhà bề thế, treo bảng cơ quan này nọ. Nơi ấy sớm muộn gì Ngữ cũng phải đặt chân lên đó,trình diện nhiệm sở mới. Có nghĩa là chấp nhận sống cuộc sống buồn chán tỉnh lẻ. Biết làm gì hơn khi thời buổi người đông của khó, muốn tìm công việc làm đàng hoàng đâu dễ. Nhìn đồng hồ tay thấy còn sớm so với dự tính.Ngữ thở phào nhẹ nhõm, biết mình không bị lạc đường. Giờ đây anh hoàn toàn thoải mái,đứng nhìn nơi chốn mà chỉ trong vài giờ nữa anh sẽ trở thành cư dân mới. Vì thế, Ngữ muốn tự thưởng cho mình một chuyến tháp tùng theo đám du khách, thưởng ngoạn không mất tiền nơi được xem là " cao nguyên trơ trụi gò đồi nhấp nhô ".Nơi mà mấy ông Tây ngày xưa phải bỏ ra hàng mấy năm trời, đi tới đi lui mãi mới khám phá ra nơi nghỉ dưỡng tuyệt vời này. Nghĩ sao làm vậy. Ngữ quyết định nhận lời mời đi thăm thú các nương dâu, đồi trà, đồi cà phê bạt ngàn quanh đây. Cho tới khi nghe thấy tiếng kêu đầy vẻ ngạc nhiên từ cô gái trẻ, khi phát hiện ra thứ màu vàng rực rỡ chảy tràn ra khắp mọi phía nơi triền đồi.

- Chúa ơi ! Có ai biết hoa gì hay không?

Nhìn theo hướng chỉ tay cô gái, nhiều người đã phải ngạc nhiên trước màu vàng lộng lẫy, mượt mà nhung tơ; trải dài từ lưng đồi ra đến chân trời xa xa. Thứ màu vàng chói chang bắt gặp qua loài hoa dại mọc lên từ khắp núi đồi cao nguyên. Vàng đến nỗi, tưởng chừng không thể có màu vàng nào vàng hơn chúng. Tuy là loài hoa mộc mạc không chút kiêu sa, nhưng lại có mùi thơm hăng nồng đặc trưng;khiến cho ai một lần tình cờ hít hà chúng sẽ nhớ mãi không quên.Theo lời người hướng dẫn: "đó là cây sơn quỳ, cúc quỳ,hay văn vẻ hơn còn gọi là dã quỳ. Cây không mọc riêng lẻ mà họp thành bụi, vươn thẳng ngọn lên cao quá đầu. Chờ mùa mưa đi qua, những hạt mầm ẩn mình trong lòng đất hồi sinh mãnh liệt, cho ra những chiếc bông vàng ươm, phải đến hết giêng-hai mới lụi tàn.Hứa hẹn mùa đông hanh khô năm sau, trở lại không kém phần hoành tráng giữa đại ngàn gió núi."

Chứng kiến thứ màu vàng được nhiều người trầm trồ khen tặng, Ngữ chợt nhớ lần đi suốt chặng đường dài từ vùng biển lên Tây Nguyên tham dự lễ cưới người bạn. Khi xe vừa kịp trờ tới một khúc quanh, anh thấy dậy lên khắp nơi một màu vàng óng mượt. Kế đến, nghe gã lái xe ngồi cạnh khen: "Ồ! Cúc quỳ mùa này đẹp đến mê hồn". Thấy có người cùng ý tưởng, Ngữ vui vui trong lòng nên quay sang hỏi:

- Cúc quỳ! Sao anh không gọi chúng là dã quỳ như nhiều người vẫn hay gọi?

- Đây là loài cây mọc hoang dã. Ai thích gọi chúng bằng tên gì chẳng được. Còn ông ?

- Tôi thích gọi chúng bằng cái tên cúc quỳ hơn.

- Vì kỷ niệm?

- Nghe nó dân dã và gần gũi biết chừng nào.

- Ông biết không! Sau những năm bảy mươi, từ cô sơn nữ cúc quỳ của núi rừng cao nguyên, không hiểu do đâu mấy ông bà văn nghệ sĩ đã biến chúng thành nàng công chúa dã quỳ cho có vẻ lãng mạn.

- Dựa vào đâu để khẳng định điều anh vừa nói?

- Ồ! Qua các sáng tác thơ- văn - nhạc- họa đăng tải đầy rẫy trên các phương tiện truyền thông thời bấy giờ.

- Anh cũng rành mảng văn học nghệ thuật ghê.

- Thời học sinh cỡ tuổi tôi, ai không bị bắt đi lính thì ăn chơi, nhảy nhót; không nhậu nhẹt, ngồi quán cà phê thì ít nhất cũng có tên trong các thi văn đoàn, bút nhóm này nọ.

Nhớ lại câu chuyện do gã lái xe kể, Ngữ cảm thấy dị ứng với cái tên dã quỳ vô cùng. Tại sao không gọi cúc quỳ với cái tên dân dã như chính bản thân nó,mà cứ phải văn chương hóa bằng cái tên dã quỳ nghe kiêu kỳ đáng ghét kia? Tự dưng, Ngữ cảm giác không còn hứng thú gì với chuyến đi bèn bỏ ngang cuộc rong chơi giữa chừng, lặng lẽ vác ba lô ra xe ôm, quay về thị xã, chui vào mấy quán nước nằm dọc ven đường quốc lộ.

Chưa kịp ngồi, Ngữ đụng ngay ánh mắt dịu dàng từ cô gái chưa quen, nhìn anh nửa tin nửa ngờ như đã từng gặp nhau ở đâu đó. Ai thế nhỉ ? Ngữ lục trí nhớ tìm kiếm qua từng gương mặt nữ, ít nhiều lưu lại trong anh chút tình cảm vấn vương: Vi, Thảo, Như ở Sài gòn; Nụ,Yến, Xuân ở Hà Nội; Mây ở Sapa . . . vô tình, ngay lúc đó âm thanh bản thánh ca Eva Maria không lời, vang lên từ cặp loa treo trên tường, giúp Ngữ nhớ ra khuôn mặt cô phù dâu xinh đẹp, xuất hiện trong buổi sớm mai bên đồi thông ngai ngái sương mù trước sân nhà thờ, trong buổi tiến hành hôn lễ của người bạn thân. Thảo nào, chỉ thoáng nhìn qua gương mặt cô gái, Ngữ sớm nhận ra đôi nét thân quen bên đôi mắt nơi cô, khiến anh vừa mừng vừa nhớ câu nói : “Cơ hội không đến với ai hai lần “. Liệu có nên tin hay không khi mà không thử thì làm sao biết được kết quả?

Do dự một lúc, Ngữ quyết định bước tới bàn cô gái đang ngồi, hỏi như thể hai người đã từng quen nhau từ khi nào:

- Em xuống đây từ khi nào ?

Cô gái hồn nhiên đáp:

- Anh có lộn ai không vậy. Từ trước đến giờ gia đình em vẫn sống trên này.

- Vậy sự có mặt của em trong buổi hôn lễ là sao ?

- À ! Lần đó em được mời làm phù dâu cho cô em họ.

- Thì ra . . .

Cô gái nhìn quanh hỏi:

- Anh có hẹn ai không?

- Tôi đến đây một mình!

- Vậy chúng ta có thể ngồi cùng bàn. Mời anh !

Ngữ kéo ghế ngồi đối diện cô gái, nói:.

- Không ngờ người đầu tiên tôi quen ở thị xã này lại là em.

- Anh ghé lên đây du lịch hay có công việc gì ?

- Tôi được phân công lên đây làm việc.

Giọng cười cô gái ngân vang như tiếng chuông. Sau đó cô nói như nói với chính mình:

- Sao có sự trùng hợp kỳ lạ đến thế hở trời !

- Em nói vậy có nghĩa gì ?

Cô gái chống chế bằng một nụ cười rất xinh :

- Không! Không có gì đâu.Mừng sự có mặt của anh ở xứ khỉ ho cò gáy này.

Qua cuộc trò chuyện vui vẻ, cô giới thiệu mình tên Nhã, cô cho biết gia đình cô gồm: bố mẹ, cậu em trai, còn người anh lớn lập gia đình đã ra ở riêng. Sở thích của cô là sáng nào không phải chở em đến trường trên xe đạp, cô thường đi rong chơi trên các nương trà; ngắm từng đám sương mù bay lòa xòa khắp lưng chừng đồi; hít thở hương thơm dịu dàng lan tỏa từ các hoa trà tinh khiết. Cô thú nhận, lần gặp anh trong đám cưới, cũng là lần đầu tiên cô được gia đình cho tháp tùng theo chị dâu đi chơi xa. Không ngờ, suốt buổi sáng hôm đó cô bị cuốn hút hoàn toàn bởi ánh mắt chàng trai xa lạ, cứ bám riết theo sau đến nỗi chân tay cô cảm thấy thừa thãi một cách vô duyên.. . . .

Tuy buồn cười trước lối suy nghĩ của Nhã về vùng đất cô đang sinh sống, nhưng qua đó Ngữ cảm nhận được sự chân thành thể hiện qua cách ăn nói giản dị nơi cô.

- Buổi sáng hôm ấy chắc em phải "ghét" anh lắm? Ngữ hỏi.

Ghét! Nhã giấu sự sung sướng bên nụ cười e thẹn. Cô thừa hiểu câu nói "ghét là thương" đầy hàm ý qua giọng nói trầm ấm như rót mật vào lòng nơi Ngữ. Tự dưng, cô nghe như có luồng điện chạy từ đỉnh đầu xuống mặt, làm nóng bừng hai gò má. Để che giấu cho Ngữ không phát hiện ra đôi má đỏ hây hây nơi mình lúc này, Nhã vờ quay mặt sang hướng khác nói :

- Ai bảo anh cứ nhìn chằm chằm vào em làm gi để bà chị dâu nhìn thấy ghẹo em suốt buổi.

- Đâu phải chỉ có mỗi anh nhìn em ?

- Ai em không biết, nhưng qua ánh mắt anh nhìn em đã nói lên rất nhiều điều.

- Chị dâu hay em có nhận xét như vậy ?

- Chị ấy cảnh báo em: "Hãy coi chừng gã con trai, trong số những gã con trai,đang rắp tâm giương cung tình yêu nhắm bắn vào em.

Ngữ bật cười, chịu thua trước sự nhận xét khá tinh đời của

người chị dâu từng trải. Cuối cùng anh tự bào chữa cho hành động của mình sau câu nói :

- Em thông cảm cho cánh đàn ông bọn anh. Trước bất kỳ phụ nữ xinh đẹp nào, bao giờ bọn họ cũng trở nên yếu đuối một cách dễ thương, bằng cách ngây người ra chiêm ngưỡng tác phẩm tuyệt vời do tạo hóa ban tặng cho thế gian này.Cho nên phụ nữ bọn em đâu nở kết tội đàn ông các anh phải không?

Trước lối ăn nói hào nhoáng, chỉ nhằm thêm mắm thêm muối làm cho câu chuyện thêm vui, khiến người nào dù khó tính đến mấy cũng phải phì cười.Nhã cũng thông cảm điều đó nên nói:

- Anh định cho em uống nước đường để lấy lòng em sao? Nhã thận trọng rào đón.

Vừa kết thúc câu chuyện phiếm, Ngữ nghe tiếng thấy kêu thảng thốt của Nhã khi nhìn đồng hồ treo trên vách ngăn phía sau quầy bán hàng:

- Chết ! Muộn mất rồi.Em phải về ngay kẻo ở nhà trông. Nhã vụt đứng lên, đồng thời đưa tay ra vẫy vẫy chào tạm biệt.

- Khoan đã em, việc chi phải cuốn lên thế, dù sao ngày cũng đã muộn, m,uốn tí có sao.

- Anh không biết đấy thôi các cụ nhà em còn xưa lắm.

Nghe nói vậy, Ngữ tỏ ra lịch sự đứng lên, đi theo cô nói :

- Anh tiễn chân em một đoạn được chứ, bề nào anh cũng cùng đường ghé lên cơ quan trình diện sếp?

2

Lạ ! Suốt một tuần qua Ngữ không hiểu vì sao Nhã mất tăm từ nơi chốn nào. Đã nhiều lần anh định đi tìm cô, nhưng chẳng rành địa phương cho lắm, vì chỉ nghe cô kể loáng thoáng nơi cô ở cách xa thị xã đến vài cây số, muốn tìm đến đó phải vượt qua một con suối nhỏ, sau đó leo mệt nghỉ lên con dốc vừa cao vừa dài như hình con rắn.Cũng theo cô, vào những sáng mùa đông lạnh buốt, chiếc cầu bắc qua con suối chìm hẳn trong màu sương mù, không còn phân biệt được đâu là trời với đất. Chỉ cần mất cảnh giác sẽ dễ dàng sẩy chân rơi xuống dòng nước lạnh giá ngay bên dưới, cho dù có sử dụng đèn chống sương mù đi nữa.

Căn cứ vào những gì Nhã kể, Ngữ có thể hiểu đây là cách mà các cô gái dùng để đối phó với người lạ hoặc cố tình tạo ra sự khó khăn, khiến cho người đối diện tự nãn lòng thay vì tiết lộ nơi mình sinh sống?

- Anh Ngữ chờ em với! Đang bước đi Ngữ chợt nghe như có tiếng ai đó gọi mình.

Dừng chân, Ngữ kịp nhận ra Nhã, đang đuổi theo từ phía sau. Vừa có chút ngạc nhiên Ngữ vừa mừng rỡ hỏi:

- Em trốn đi đâu suốt tuần nay ?

Chớp hai bờ mi đen nhánh trên đôi mắt có đuôi Nhã e thẹn nói:

- Em có trốn anh đâu, chẳng qua em bận việc nhà thôi.

- Em làm anh lo quá. Đã mấy lần định đi tìm em nhưng biết ở đâu mà tìm.

- Bộ ở xứ này em nổi tiếng lắm hay sao mà anh hỏi ai cũng biết?

- Đã là hoa đẹp thì nhiều người chú ý lắm.

- Em thích được là chính mình hơn.

Biết không thể đùa lâu hơn Ngữ quay sang hỏi Nhã:

- Hôm nay em rảnh hay sao mà xuất hiện ở đây vào giờ này?

Nhã đáp:

- Tự dưng em thấy nhớ nơi này, không ngờ ra đây lại gặp anh.

- Chắc nhờ thần giao cách cảm.

- Là sao?

Ngữ nói lãng đi:

- Nơi này ồn quá, mình đi loanh quanh đâu đó một lát được không em?

Rời phố chợ đông người, Ngữ đi bên Nhã tiến về phía đồi thông mờ ảo hiện ra trước mắt. Con đường mòn dẫn tới đồi thông buộc phải đi vòng qua một hồ nước loang loáng những mù sương. Nghe kể, vào các tháng hè thường thấy rất nhiều gia đình ghé đến đây vui chơi, bơi thuyền, cắm trại; nhiều nhất vẫn là những cặp đôi thanh niên nam nữ, qua đó hình thành nên vô số câu chuyện tình lãng mạn. Cũng theo Nhã: "Ngày xửa ngày xưa, nơi đây từng là miệng của một ngọn núi lửa. Dấu vết còn nhìn thấy ở hôm nay là một mặt hồ rộng khắp cùng với các lớp nham thạch tích tụ lâu ngày thành vùng đất đỏ bazan, giúp cho việc trồng trọt thêm phần tươi tốt và trù phú.

Đang dò dẫm bước đi trên lối mòn, Ngữ bỗng giật mình trước sự xuất hiện bất ngờ của Nhã từ trong đám cây lá rậm rạp bước ra cùng với những bông cúc quỳ vàng rực ôm ngang ngực. Rủi thay, anh không phải là nghệ sĩ nhiếp ảnh hay họa sĩ gì, nên chẳng thể thao tác đúng lúc cho một tác phẩm tuyệt vời.

Ngữ âu yếm nhìn Nhã nói:

- Em yêu cúc quỳ đến vậy sao ?

- Vâng ! Em không chỉ yêu cái dáng vẻ mộc mạc qua loài cây hoang dã này, mà còn bị mê hoặc trước sức sống mãnh liệt làm dậy lên thứ sắc màu vàng rực dâng hiến cho đời. Chính vì thứ sắc màu huyễn hoặc ấy mà cúc quỳ luôn thân thiện và gần gũi trong mắt mọi người.

Qua tâm sự, Ngữ cảm thấy gần gũi trước những suy nghĩ về cuộc sống chừng mực, giản dị nơi Nhã. Một quan niệm không mấy xa lạ so với xã hội hiện tại, nhưng rất mực chân thành. .

Thấy không thể kềm chế tình cảm mình trước cô gái, Ngữ đã nhân cơ hội đi bên nhau trên con đường vắng vẻ, anh đã cúi xuống hôn vội lên mái tóc thơm mùi hương đồng cỏ nội nơi cô. Ôi! Mùi thơm nhẹ nhàng lan tỏa quanh cánh mũi, gợi nhớ chút hương trái bồ kết nướng chín, nấu chung lá bưởi làm nên thứ nước gội đầu thắm đẫm tình tự quê hương.

Ngữ vụt kêu lên:

- Ôi! Mùi hương bồ kết tuyệt vời.

Nhã thích thú quay nhìn anh hỏi:

- Anh cũng biết mùi hương này ư?

- Ở nhà mẹ anh cũng gội đầu bằng thứ nước này.

Cuối cùng, do phải cố gắng vượt qua đoạn đường gập ghềnh đi lên đỉnh đồi, Nhã mau chóng bị kiệt sức trên đôi chân yếu đuối của mình khiến cô loạng choạng, may nhờ có Ngữ đi cạnh nhanh tay đỡ lấy cô, nhờ vậy tránh được tai nạn xảy ra. Thấy không ổn, Ngữ vội dìu cô đến ngồi trên một gốc cây gần đó nghỉ mệt, tiện thể hỏi xem tình hình sức khỏe cô thế nào :

- Không sao chứ em.Hay ngồi chờ bớt mệt rồi,anh đưa em xuống lại bên dưới?

Vừa đưa tay đè lên ngực Nhã vừa trả lời anh:

- Mấy hôm nay em không được khỏe cho lắm, nhưng không sao chỉ cần ngồi nghỉ mệt trong giây lát, em sẽ khỏe ngay thôi.

Phóng tầm mắt nhìn bao quát khắp ngọn đồi, một lúc sau Ngữ hỏi :

- Em vẫn thường hay lên đây?
- Chỉ hôm nào cảm thấy buồn.
- Ngồi ngắm phong cảnh hay làm gì?
- Lúc ấy em sẽ chụm hai bàn tay vào nhau rồi đặt lên miệng hét những tiếng thật to.
- Cảm giác thế nào ?
- Mọi sự phiền muộn như vơi đi.
- Phiên bản của phim Hàn Quốc hả?
- Không tin lát nữa lên đó anh thử xem.
- Thì ra trong mắt em anh thấy chất chứa bao điều phiền muộn?

Nhã không nói gì, chỉ ngồi lặng yên trước sự phỏng đoán nơi Ngữ. Biết có nài nỉ đến mấy cũng chẳng thể lay chuyển được cô nói lên tâm sự mình trong lúc này, anh bèn ngồi xuống bên cạnh cô trên đám lá thông khô, hướng tầm mắt nhìn ra khoảng trời bao la chờ đợi.

Trước mắt Ngữ ngoài thảm xanh thực vật, núi đồi, rừng cây vây quanh; còn lại là nhà cửa, thôn xóm, khu phố chợ, đình chùa, nhà thờ, tháp chuông mọc ken đầy bên đường quốc lộ . . . tạo ra hình ảnh bức tranh thiên nhiên thật sinh động.

Do mãi đuổi theo hình ảnh nhỏ li ti bên dưới đồi, đột nhiên Ngữ nghe tiếng Nhã hỏi:

- Công việc của anh có được thuận lợi không vậy?

- Tạm ổn rồi.
- Anh cảm nhận nơi đây thế nào ?
- Một nơi chốn thật bình yên.
- Chắc không vui như dưới thành phố ?
- Trái lại, anh thấy mình thích hợp với khí hậu nơi đây, nhất là khi mở mắt ra đã thấy sương mù bay lãng đãng trên khắp các đồi cây, ngọn cỏ, tạo ra cảm giác nhẹ nhàng bay bổng bện thế giới huyền ảo bên mùa hoa cúc quỳ.
- Anh nghĩ gi về mùa hoa vàng rực khắp núi đồi?
- Thật tuyệt vời.
- Riêng em thích nhìn sự mong manh cúc quỳ để nhớ về chuyện tình ngang trái giữa nàng H' Limh với chàng K' Lang. Chuyện tình mãnh liệt của cô sơn nữ bất chấp mọi hiểm nguy, vượt suối, trèo đèo đi tìm người yêu qua khăp các bản làng, cho tới khi quá mệt mỏi ngủ thiếp đi bên cánh rừng. Trong giấc mơ nàng nghe K' Lang mách bảo: " hãy đi thêm một con suối nữa sẽ gặp chàng ở đó ".H'limh choàng thức dậy,nhắm con đường phía trước đi thẳng tới.Ngay lúc đó nàng H'limh kịp nhận ra tiếng rên xiết của ai đó rất gần.Thì ra K'lang yêu mến của nàng đang bị bọn người man rợ của bộ tộc Lasiêng,dùng dây rừng trói chặt chân tay;đồng thời dùng cung tên bắn lên khắp người chàng.Bất chấp mọi đớn đau,H'limh lao đến dùng thân mình che chắn cho K'Lang,tránh bớt trận đòn thù.Không nén được sự hờn ghen,vì bị người mình từng thầm yêu trộm nhớ,lại đi bênh vực cho kẻ thù, La Rihn điên cuồng như một con thú hoang,vật vã kêu rống lên trước khi buông ra mũi tên hận tình giết chết K' Lang. Nhưng mũi tên oan nghiệt kia không bắn trúng K'Lang mà vô tình giết chết nàng H'limh tội nghiệp.Từ đó cứ sau mỗi mùa mưa đi qua.Tại chỗ H Llimh gục chết lại nở ra loài hoa dại có màu vàng rực rỡ để chứng tỏ cho một tình yêu chung thủy.(*)

Ngữ nhận xét:
- Chuyện tình lãng mạn này, giá viết tiểu thuyết cho quí cô miền xuôi.đọc, chắc hốt bộn tiền.
Tưởng Ngữ có ý trêu chọc, Nhã tỏ ra hờn dỗi nói:
- Không thèm chơi với anh nữa, ở đó lo giễu cợt em?

- Thật mà! Anh lấy danh dự ra thề, đây là lần đầu tiên anh nghe kể về truyền thuyết hoa cúc quỷ đó.

- Thật không? Sau này em mà phát hiện ra anh nói dối thì coi chừng em.

- Em sẽ làm gì anh nào?

Chưa kịp dứt lời Ngữ đã bị mấy ngón tay của Nhã cấu vào một bên sườn nghe đau điếng.

- Đây là câu trả lời nè.

Ngữ nhăn nhó, xuýt xoa nói:

- Tha cho anh lần này được không?

Nhã buông tay ra nói:

- Về thôi anh kẻo gia đình em đang chờ.

Miễn cưỡng lắm Ngữ mới chịu đứng lên để cùng Nhã rời khỏi khu đồi trong sự luyến tiếc.

3

Sau buổi làm việc mệt nhoài trên máy tính, Ngữ kết thúc công việc trong ngày bằng cách đứng ngoài hành lang, dõi mắt nhìn ra khoảng không thư giãn. Nơi ấy, ngoài khu vườn cắt tỉa mỹ thuật nằm ngay trong khoảng sân bên dưới, xa kia là những liếp trà xanh mướt xếp thành tầng quanh những triền đồi; gơi nhớ hình ảnh: “Ngàn bước lên trời với ruộng bậc thang” nơi vùng cao Tây Bắc. Khác chăng, một nơi thấy toàn màu vàng óng mượt từ cây lúa vừa kịp chin tới, một nơi xanh biếc màu xanh những lá trà.

Đang tận hưởng bầu không khí trong lành, Ngữ chợt nghe tiếng chuông điện thoại rung lên trong túi, báo hiệu có tin nhắn từ ai đó gửi đến anh. Lạ, anh không hiểu ai lại gọi anh vào giờ này có việc gì, vừa hỏi anh vừa lôi điện thoại ra, mở máy đọc nhanh bản tin. Thì ra, Nhã muốn gặp anh, nói có việc cần anh tư vấn?

Không chần chờ, Ngữ nhanh chóng rời khỏi hành lang, đi xuống dưới nhà để ra gặp Nhã. Trên đường đến điểm hẹn, anh không biết có chuyện gì mà cô cần gặp anh gấp đến vậy?

Bên kia đường, từ chỗ đứng dưới tán cây cho nhiều bóng râm mát, Ngữ thấy Nhã vẫy vẫy tay ra hiệu báo cho anh biết cô đang có mặt.

- Em ở đây.

Nhìn thấy Nhã anh không khỏi thắc mắc. Tại sao cô lại ra tận đây đón anh, thay vì ngồi chờ trong quán cà phê như mọi khi?

Ngữ vội bước ngang đường đến gặp Nhã hỏi:

- Sao không chờ anh trong quán mà ra tận đây?

Nhã nhăn mặt đáp:

- Trong đó toàn khói thuốc không hà.

- Vậy mình ghé ra quán thủy tạ ngồi cho thoáng?

Đi cạnh Ngữ, Nhã bước từng bước nhỏ lên con đường dốc thoai thoải, dẫn tới quán cà phê nằm nhô ra nơi mặt hồ. Theo lời kể, chiếc hồ ngoài việc cung cấp nước sinh hoạt cho toàn thị xã ra; còn là chỗ hẹn hò, tình tự của nam thanh nữ tú về đêm. Tận dụng cảnh quan thơ mộng, hữu tình, sẵn có này, người ta bày ra những chiếc bàn những chiếc ghế buôn bán giải khát.

Để không bị người khác chi phối cuộc trò chuyện riêng tư, Ngữ đưa Nhã tới ngồi vào chiếc bàn kê tận phía ngoài cùng. Ở đó, họ vừa dễ dàng quan sát chung quanh, vừa ngắm nhìn từng gợn sóng lăn tăn trên mặt hồ.

Khác với những lần khác, lần này Nhã chủ động nắm lấy bàn tay ấm áp nơi Ngữ nói:

- Xin lỗi ! Em có làm phiền anh không?

- Không có chi. Quan trọng là được ở gần bên em là anh thấy vui rồi.

- Kể cả khi bị mất việc?

- Hết giờ làm rồi sợ gì mất việc, mà.giả sử mất việc này thì tìm việc khác, còn hơn bị mất em . . . .

Thực ra,từ sâu thẳm trong tâm hồn, Nhã cảm nhận được thứ tình cảm thiêng liêng nằm sau ánh mắt dịu dàng mà Ngữ sớm trao cho cô hôm nào, trước sân nhà thờ vào buổi sáng sớm. Bên ánh mắt tình tứ ấy, đã làm cho trái tim cô xao xuyến, rung lên nơi nhịp đập tình yêu đầu đời. Chính vì sự lo sợ, do bị phản đối, cấm đoán quyết liệt từ phía gia đình mối quan hệ tình cảm giữa cô và anh, buộc cô phải giữ im lặng bên sự đau khổ.Cho nên cô vừa tủi thân vừa tuyệt vọng, khi nghĩ tới mối tình trái ngang của mình. Không kềm nén được sự ức chế lâu ngày, Nhã vụt ôm lấy mặt khóc òa trước sự ngơ ngác của Ngữ.

Vốn rất sợ phải nhìn thấy cảnh phụ nữ rơi lệ, Ngữ lúng túng không biết xử sự sao cho phải; ngoài trừ, việc cố gắng dỗ dành Nhã:

- Bình tĩnh em. Nói cho anh biết chuyện gì khiến em phải xúc động đến vậy?

Gục đầu vào vai Ngữ, Nhã thều thào:

- Chắc em không sống nổi anh ơi.

Vuốt nhẹ mái tóc thơm mùi bồ kết nơi Nhã,Ngữ cố gắng vỗ về cô bằng cách nói:

- Hãy cứ khóc đi em, khóc để những giọt nước mắt lau khô bao phiền muộn nơi lòng, nhưng tuyệt đối không được bi quan.

- Biết thế, nhưng em không thể sống từng ngày trong nỗi tuyệt vọng, anh biết đó?.

Chứng kiến những giọt nước mắt đau khổ, rơi lả chả trên khuôn mặt xinh đẹp của Nhã, khiến Ngữ không khỏi chạnh lòng. Anh hỏi nơi cô:

- Chuyện chi sao em không chịu nói ra để chúng ta cùng chia sẻ?

- Anh biết liệu có thể thay đổi được gì?

- Ít ra nó cũng giúp em vơi bớt buồn phiền.

Vừa khóc Nhã vừa nghẹn ngào nói:

- Em nghĩ sớm muộn gì cũng phải cho anh biết.

- Chuyện thế nào?

Ngẩng khuôn mặt ràn rụa nước mắt lên, nhìn thẳng vào mắt Ngữ, cô hỏi:

- Ngữ ơi ! Nếu như mai này chúng ta không còn nhau, liệu anh có tha thứ cho em không?

Trước câu hỏi bất ngờ của Nhã, đã khiến cho Ngữ trở nên lúng túng. Anh nhớ, kể từ khi quen nhau , cô chưa hề có cử chỉ nào xúc phạm anh, cớ sao hôm nay cô lại hỏi anh về điều không vui ấy?

- Em không tin vào tình yêu nơi anh sao?..

- Tin ! Em tin.

- Vậy sao lại nói đến chuyện tha thứ?

- Anh hãy trả lời câu hỏi của em đã

Linh cảm thấy có chuyện không hay xãy ra, Ngữ gặng hỏi Nhã:

- Hãy nói cho anh biết sự thật, cho dù sự thực đó tệ hại đến đâu, anh cũng chịu được.

Nhân cơ hội này, Nhã sẽ kể lại sự phản đối từ phía gia đình cô, cho anh nghe rồi muốn ra sao thì ra.

- Gia đình em không chấp nhận cho chúng ta quen nhau.
- Vì sao?
- Chỉ bởi anh là người ngoại đạo.
- Có chuyện đó thật sao?
- Vâng.

Để chứng minh sự thủy chung nơi mình, Ngữ chân thành hỏi lại Nhã:

- Không còn cách nào khác sao em?
- Anh thông cảm, gia đình em theo đạo dòng.
- Theo đạo em là được chứ gì?

Nhìn sự đăm chiêu hiện rõ trên nét mặt rắn rỏi nơi Ngữ, lòng cô thêm quặn đau. Nhã muốn nói lời an ủi anh, nhưng cổ họng ngẹn đắng không sao thốt thành lời.Cứ thế cô dựa đầu trên vai anh, khóc cho đến khi thiếp đi bên giấc ngủ. .

4

Chủ nhật.

Sáng ra, thay vì đứng tập bài tập thể dục ở công viên như mọi ngày,Ngữ đi một mạch từ nhà tập thể lên khu đồi , ngồi một mình ở đó. Khí hậu buổi sáng trên đây lạnh và có nhiều sương mù, nhưng không thế giấu được những giọt mồ hôi rịn ra từ trên trán anh. Chưa kịp nghỉ mệt, Ngữ kịp nhận ra những bông cúc quỳ vàng hực, do ai đó đến sóm, đặt chúng dưới gốc cây rồi bỏ đi. Anh chợt hiểu. Ai có thể làm việc này ngoài Nhã, bởi đây là chốn hẹn hò của riêng hai người.

Nhìn quanh, Ngữ thây bốn bề lặng yên, chỉ nghe tiếng gió rít trên từng nhánh thông đáp lại.Lạ ! Nhã có thể trốn đi đâu được giữa nơi không một mái nhà?

Theo sự thỏa thuận từ trước, mỗi chủ nhật, hai người sẽ lên đây gặp nhau một lần, với điều kiện, ai đến trước ngồi chờ người đến sau. Thường Ngữ là người chủ động tìm đến chỗ hẹn trước, bởi anh muốn có được cơ hội được nhìn dáng Nhã xuất hiện bên lối đi dưới lá, bên con đường mòn bạc màu đất đỏ bazan.

Buồn ! Ngữ cúi xuống nhặt bó hoa cầm trên tay.Nhìn những giọt sương còn đọng trên bó cúc quỳ tươi rói, anh đoán Nhã vừa mới rời khỏi nơi đây chưa lâu.Tội nghiệp ! Có lẽ cô đã phải thức dậy từ rất sớm để kịp đi lên đây, ội vã đặt bó hoa vào đúng chỗ cô cần đặt, rồi quày quả ra đi. Anh tự hỏi, "Mình đã gây ra lỗi lầm gì khiến cô giận dỗi tránh không gặp mặt?".

Cảm thấy chán nản, Ngữ ngồi nán lại trên đồi hồi lâu, gặm nhấm từng hình ảnh thuộc về kỷ niệm .Bất ngờ, khi chạm tay vào lớp giấy bọc bên ngoài bó hoa, tức thì rơi ra một phong bì màu đỏ. Loại bao dày cộp chỉ dùng vào việc báo hỷ. Thoáng chút nghi ngờ, anh mở bì thư ra đọc trên.từng dòng chữ nơi nét bút quen thuộc.Đến lúc này anh mới tin điều bất trắc xảy ra qua câu nói hôm nào của Nhã: " lỡ mai này chúng ta không còn ở bên nhau,liệu anh có tha thứ cho em? ".

Quá đau đớn, Ngữ chỉ còn biết ghì chặt bó cúc quỳ áp vào ngực, mắt rưng rưng nhìn theo từng phiến mây buồn bay ngang bầu trời, nhớ thương về cuộc tình mong manh.

Trước khi quay đi, Ngữ không quên ngắt lấy những bông cúc quỳ, xé tan chúng ra thành nhiều mảnh, thả bay trên bầu trời những sắc hoa màu nhớ.

Xin cám ơn đời ! Cám ơn người ! Cám ơn cuộc tình đã bỏ ta lại một mình

(*) Theo Wikipedia

MINH NGUYỄN

NGUYỄN ĐÌNH TỪ LAM
Lạc Giấc Chiêm Bao

Nó đến đây từ quê hương sa mạc
Đi qua những vườn cây, nông trại xanh màu bão rớt
Qua những công viên biếc cỏ
Công viên cho ai? -Không một ai lai vãng
Vài ba con thú nhỏ nhoi, hiền lành
Mắt láo liêng hoảng hốt
Vội vội vàng vàng, trốn tránh những điều chi?
Những thành phố, nơi nào cũng tráng lệ
Nhà nhà cao tầng thấu trời lồng lộng
Những tảng cẩm thạch xây tường sang chảnh
Láp-bi, sảnh đường lấp lánh
Từ trên ấy những hố mắt đen ngòm
Ném xuống những tia nhìn nghi ngờ thù hận
Đường phố, những dòng xe ma mãnh - Những vệt sáng lướt nhanh
Tất cả trơ trọi hanh hao
Những pho tượng đen sì đứng ngồi khắp nơi ngõ ngách - Lạnh lùng
Ánh nắng cuối hè vàng tơ lụa trãi
Cây lá chớm thu vàng hong ngọc ngà rưng rức
Nó trôi đi, hay ngoảnh về quá khứ?
Hay u mê ám chướng hay lắc léo vô thường?

Trong rạng rỡ màu thiên thai hay âm cảnh
Không thần linh, chẳng tiên nữ tiêu dao
Nhân sinh vắng bặt - Đâu khách nhàn du, đâu người lui tới
một mình nó, hớt hải bơ vơ- Cây xương rồng lạc điệu
Cõi thiên đường chết cứng
Nó đang tồn tại hay đã hư hao
Nó tưởng chừng như gió hú bên tai, dao chém lên đầu
Không tin nổi, quanh nó những hố mắt hung bạo sà xuống
Chiếu trăm ngàn tia sấm sét, ra sức loại nó như giết một kẻ thù
Nó ngã ngửa giẫy giụa - Nó mở to đôi mắt trợn trừng
nó mĩm cười méo xệch, giang tay thách thức
Từ đâu, hai đám mây ngũ sắc hiển hiện
Bao bọc che chở nó
Những vòng tay ôm ấp vỗ về
Mấy lần đứng lên, nó lại mấy lần ngã xuống
Những hố mắt hung tàn, càng thêm hung bạo
Biến nó thành cát bụi
Nó cùng gió đi về với biển
Hai đám mây ngũ sắc không biết về đâu?

NGUYỄN ĐÌNH TỪ LAM

QUYÊN DI
THIỀN TRÀ

Nắng đã tắt rồi, ngày đi vội
Vườn trong hương toả nụ ngọc lan
Bên ngoài sợi khói tan vào tối
Che cả vầng mây buổi chiều tàn.

Thư trai giờ biến thành trà thất
Cuộc trà bày giữa lúc đêm về
Quên hết chuyện đời, quên được mất
Quên cả vọng cuồng, cả đam mê.

Làn khói trà thơm lan nhè nhẹ
Vào chốn nhân gian ngát vị thiền
Đã thấy cõi lòng như quạnh quẽ
Khẽ ngâm câu thơ cổ “sàng tiền.” (*)

Trăng sáng trước giường nhưng không sáng
Ở nơi sâu thẳm của tâm hồn
Có một vầng trăng tròn mỗi tháng
Mà lòng khuyết mãi chẳng gì hơn.

Nâng chén trà lên mà thận trọng
Như nâng lên cả cõi lòng ta
E ngại trái tim còn vọng động
Đánh mất chính mình chỉ sát na.

Thưởng trà mà tưởng xưa nguyệt quế
Mới hay đời quá đỗi vô thường
Không sắc, trước sau là dâu bể
Nhớ câu “nghi thị địa thượng sương.” (*)

Thoang thoảng mùi hương ngâu vừa chín
Vàng ươm như giấc mộng kê vàng
Trăng chiếu qua song, song khép kín
Để trăng lênh láng giữa không gian.

Tuần trà vừa dứt, tàn cơn mộng
Mười phương lấp lánh một vì sao
Tâm động hay là cơn gió động
Chẳng biết tâm an ở chốn nào.

QUYÊN DI

(*) Bài Tĩnh Dạ Tứ của Lý Bạch:
Sàng tiền minh nguyệt quang,
Nghi thị địa thượng sương...
Trần Trọng Kim dịch là:
Đầu giường chợt thấy ánh trăng,
Mập mờ trên đất, ngỡ rằng sương sa...
(Thật ra, "sàng tiền" dịch là "trước giường" thì đúng hơn.)

MÙA ỔI CHÍN

Cây ổi mỡ nhà mình năm nay đậu chừng hai nghìn quả
Nói chẳng ai tin, Mẹ ạ!
Cả vườn ngày đêm ngát hương thơm mật ngọt trái cây
Suốt mùa ổi chín.

Có những buổi chiều
Đàn vẹt xanh kéo về ăn ổi
Thoả thuê.
Chúng không cần vội vã

Cứ nhẩn nha hưởng lộc Mẹ ban.
Bàn tay Mẹ năm nào đã trồng cây ổi ấy
Đã vun xới, tưới bón hằng ngày
Để bây giờ đây
Vợ chồng con chẳng phải làm gì
Chỉ lâu lâu tưới nước
Cùng với lời ước nguyện
Ở trên cao, Mẹ chăm sóc cây ổi giúp chúng con
Như ngày nào Mẹ từng chăm sóc nó.

Sáng nay hái một giỏ ổi chín vàng
Đặt trên bàn thờ dâng Mẹ.
Nhớ ngày nào mẹ con mình ngồi dưới gốc cây
Mẹ cất giọng hát vãn Đức Bà
Giọng hát Mẹ làm xôn xao cành lá
Và cho hương ổi thơm thêm quyến rũ ngọt ngào.
Hôm nay Mẹ ở trên cao
Nhìn xuống con, một mình hái ổi

Cái ghế nhỏ dưới gốc cây lẻ loi đến tội
Giọng hát vãn Đức Bà như còn văng vẳng đâu đây.
Mùa ổi chín năm nay
Con không có Mẹ.
Ở trên cao, xin phù hộ chúng con, Mẹ nhé
Biển cuộc đời lắm nỗi gian truân
Khiến đôi khi con cũng thấy phân vân
Nên tiếp tục chèo hay buông tay phó mặc.

Nhưng hôm nay, mùi ổi thơm như một lời thầm nhắc
Mẹ vẫn ở bên con như vầng trăng cạnh vì sao
Mẹ vẫn ở bên con với tiếng hát ngọt ngào
Vãn Đức Bà cất lên trong hương ổi chín.
Hôm nay đàn vẹt xanh tìm về hơi sớm
Bay la đà rồi đậu trên ngọn ổi đu đưa
Chúng vẫn tìm về đây sáng, tối, chiều, trưa
Khi mùa ổi chín.

Cành lá ổi rườm rà phủ kín
Cả một bầy chim đang ăn ổi Mẹ ban
Con chợt hiểu rằng cuộc đời sẽ không thấy gian nan
Nếu trao tặng chứ không hề thu tích
Nếu ôn hoà chứ không tìm đối nghịch
Nếu chịu hy sinh chứ không chờ đón quang vinh.
Đêm hôm nay con ra vườn ổi một mình
Ôn bài học Mẹ dạy con buổi sáng
Vườn đêm nhà mình, hương ổi thơm ngào ngạt

QUYÊN DI

QUẢNG XUÂN

GIẤC MƠ TÌNH

Mưa vẫn rơi đều
Trên mái tình nghèo
Tay thon vào mộng
Cố níu vầng trăng

Nhắn với chị Hằng
Hoa quỳnh năm ấy
Có nở lại chăng
Xin Đừng mây đen

Buồn mùa Ngâu lạnh
Xin đừng tí tách
TRên mái hiên nhà
Xin khúc tình ca

Cuộc đời mộng ảo
Xin chút thơm thảo
Của cuộc tình Ngâu
Hoa xưa nay đâu ?

Hồn thu lạnh mãi
Xin chút nắng trãi
Về cuối đời nhau

MÀU BIẾN ĐỔI

Tháng chín mù vương lạnh cõi lòng
Thu mùa lá rụng áng vàng phong
Hoa cười ẩn chứa mầm khô héo
Cỏ úa lay mờ nụ ước mong

Xuân Hạ niềm vui làn khói trắng
Đông sang nỗi nhớ khúc tình hồng
*Nghe trong sỏi đá mùi Thương hải
Một bước quay về phủi sạch không.

QUẢNG XUÂN
September 08th 2025
*Thương hải tang điền.

TRẦN QUÝ TRUNG
NGƯỜI YÊU NĂM CŨ

Trong căn nhà vắng lặng
Chỉ mình ta với ta
Chén trà thơm trước mặt
Nghĩ chuyện gần chuyện xa

Nhớ người yêu bé nhỏ
Chuyện tình hoa mộng xưa
Lời em còn văng vẳng
Yêu anh mấy mấychovừa

Đêmnay tim đàn run tơ nhẹ
Không nói sao như tả muôn lời
Duyên trời chưa đến em không biết
Chỉ biết yêu anh suốt cuộc đời

Người yêu nay đã xa
Ở một miền đất lạ
Nhớ bạn hiền năm cũ
Đã rời cõi đời này

Đầy khổ lụy não phiền
Đi về theo Đức Phật
Hômnaytrời trở gió
Thương người chịu nắng mưa

Nơi biên cương nước Việt
Bảo vệ một miền Nam
Hai mươi năm thịnh vượng
Đêmđãhết từ lâu

Chén trà thơm đã cạn
Ta thiếp vào quên lãng
Không còn vương sầu tủi
Chỉ còn biết thương yêu

Bao dung và nhẫn nhục
Theo Đức Phật Di Đà

TRẦN QUÝ TRUNG

Đêm31tháng Giêng 2023

HÀ NGUYÊN DU
Những Tố Chất Bản Lĩnh - Sáng Tạo Độc, Lạ
Gây Đậm Ấn Tượng Trong Thời Hiện Đại

Khúc dạo đầu tùy bút

Mỗi buổi sớm mai thức dậy, khi ánh sáng đầu ngày còn chập chờn trong hơi sương, câu hỏi đầu tiên thường khẽ gõ vào tâm trí tôi là: ***"Hôm nay, con người sẽ mang*** gì đến ***cho nhau?"*** Có phải chỉ là một ánh mắt, một nụ cười, một tiếng chào vội vã, hay còn là một niềm tin, một lời nhắn nhủ, một tia sáng của cái đẹp?

Từ thuở hồng hoang, con người đã biết hát lên, khắc lên vách đá, đan dệt nên câu chuyện của mình qua ngôn ngữ nghệ thuật. Nghệ thuật trở thành chứng nhân của nhân loại, giữ lại linh hồn của mỗi thế kỷ, mỗi dân tộc. Nhưng rồi, giữa nhịp đời hiện đại – nơi công nghệ có thể khiến mọi thứ thoáng chốc hóa phù du – nghệ thuật có còn giữ được sức mạnh ấy?

Câu trả lời, tôi tin, vẫn là "có". Thậm chí, càng trong thời hỗn độn, nghệ thuật càng cần thiết. Nhưng để nghệ thuật sống và gây ấn tượng, người nghệ sĩ không chỉ cần tài năng, mà phải có bản lĩnh sáng tạo độc lạ. Độc lạ không phải để khoác lên vẻ khác thường, mà là để vươn tới chân lý, để làm cho tiếng nói nghệ thuật trở nên duy nhất, không thể bị thay thế.

I. Tính chân thực và trung thực nghệ thuật

Tolstoy từng nói: "Nghệ thuật là chiếc kính hiển vi mà qua đó nghệ sĩ phóng đại những bí ẩn trong tâm hồn con người"1. Nếu không có chân thực, kính hiển vi ấy chỉ soi ra hư ảo.

Trong văn học Việt Nam trước 1975, Thanh Tâm Tuyền để lại dấu ấn bằng tiếng nói chân thực. Khi ông viết: "Tôi không còn cô độc vì tôi đã yêu em / và yêu đời sống này", đó là lời tự thú của một tâm hồn dám bày tỏ nỗi đau và khát vọng, giữa bối cảnh xã hội ngổn ngang.

II. Tư duy độc lập và dám **bứt phá**

Mọi sáng tạo lớn lao đều bắt đầu bằng sự phá vỡ. *Picasso* không thể vẽ *Guernica* nếu chỉ đi theo lối mòn cổ điển. *Tagore* không thể viết *Những Bài Ca Dâng* (Gitanjali) nếu không vượt ra khỏi khung văn chương Ấn Độ truyền thống.

Ở Việt Nam, *Bùi Giáng* là một hiện tượng. Ông phá tung mọi quy phạm, đôi khi đến mức *"điên rồ"*, nhưng thơ ông vẫn để lại dấu ấn: *vừa hồn nhiên, vừa thăm thẳm triết lý.*

III. Khả năng kết hợp **truyền thống và hiện đại**

T.S. Eliot từng khẳng định: "*Truyền thống không phải là giữ nguyên, mà là ý thức sống động về quá khứ trong từng sáng tạo mới*".

Trong văn học Việt, Nguyễn Mộng Giác với Sông Côn mùa lũ đã *nối kết truyền thống sử thi với cách viết tiểu thuyết hiện đại. Huy Cận thì hòa chất cổ điển với tinh thần mới mẻ*, mở ra một nhịp cầu từ quá khứ sang hiện tại.

IV. Tính biểu tượng và ngôn ngữ giàu sức gợi

Kafka, trong Hóa Thân, chỉ với hình ảnh con người biến thành côn trùng đã phơi bày bi kịch hiện sinh5.

Ở Việt Nam, Hàn Mặc Tử lấy ánh trăng làm biểu tượng cho tình yêu, sự siêu linh và nỗi đau. Những biểu tượng ấy ám ảnh, tồn tại mãi trong tâm trí người đọc.

V. Tinh thần nhân văn và trách nhiệm xã hội

Victor Hugo viết Những Người Khốn Khổ để tố cáo bất công và ca ngợi tình thương.

Ở Việt Nam, *Nam Cao với Chí Phèo* đã chạm đến khát vọng được làm người trong sạch của kẻ cùng đinh, thức tỉnh lương tri cộng đồng.

VI. Khả năng hòa nhập với nhịp sống toàn cầu

Haruki Murakami thành công quốc tế vì dung hòa tâm hồn Á Đông với cách viết phương Tây7. Ở miền Nam trước 1975, Mai Thảo trong Đêm Giã Từ Hà Nội cũng mang chất hiện sinh Âu châu nhưng vẫn giữ âm hưởng Việt Nam đậm đặc.

VII. Ý nghĩa và sức lan tỏa

Một bài thơ hay có thể làm mềm trái tim cứng rắn. Một vở kịch hay có thể khơi dậy ý chí thay đổi. Một cuốn tiểu thuyết hay có thể tạo ra cả phong trào xã hội. Sức lan tỏa ấy không đo bằng số lượng phát hành, mà bằng việc nó còn ngân vang trong ký ức cộng đồng nhiều năm sau.

VIII. Kết luận – Lời hiệu triệu sáng tạo

Nghệ thuật chân chính không phải trò chơi, mà là cuộc hành hương của tâm linh. Nó giữ lại cái đẹp, cái thật, cái thiện giữa bao xao động của phận người.

Vậy nên, tôi xin gửi lời hiệu triệu đến những ai đang cầm bút, cầm cọ, cầm nhạc cụ:
Hãy sáng tạo với sự chân thực tận cùng.
Hãy sáng tạo với tư duy độc lập và ngôn ngữ biểu tượng nhân văn.
Hãy sáng tạo để vừa đối thoại với toàn cầu, vừa giữ bản sắc dân tộc.
Chỉ khi ấy, tác phẩm nghệ thuật mới không chỉ là sản phẩm, mà là ngọn lửa soi sáng thời đại.

Tóm tắt (Abstract)

Bài tiểu luận bàn về những tố chất bản lĩnh sáng tạo độc lạ giúp tác phẩm văn học nghệ thuật gây ấn tượng sâu đậm trong thời hiện đại. Tác giả phân tích sáu yếu tố: (1) tính chân thực, (2) tư duy độc lập, (3) sự giao thoa truyền thống – hiện đại, (4) ngôn ngữ biểu tượng, (5) tinh thần nhân văn, (6) khả năng hòa nhập toàn cầu. Bằng dẫn chứng từ văn học quốc tế và Việt Nam trước 1975, bài viết nhấn mạnh rằng nghệ thuật không chỉ là cái đẹp, mà còn là ngọn lửa nhân bản giữ gìn phẩm giá con người và soi sáng cộng đồng.

Chú thích – Tư liệu tham khảo

Leo Tolstoy, What is Art?, 1897.
Pablo Picasso, Guernica, 1937.
Rabindranath Tagore, Gitanjali (Song Offerings), 1912.
T.S. Eliot, Tradition and the Individual Talent, 1919.
Franz Kafka, Die Verwandlung (The Metamorphosis), 1915.
Victor Hugo, Les Misérables, 1862.

Haruki Murakami, Norwegian Wood, 1987.
"Một hành trình đi tìm ngọn lửa sáng tạo độc lạ trong văn chương và nghệ thuật."

"Từ Tolstoy đến Nam Cao, từ Tagore đến Thanh Tâm Tuyền: bản lĩnh sáng tạo vượt thời gian."
"Nghệ thuật – chiếc cầu nối quá khứ, hiện tại và toàn cầu."
"Độc lạ để không phải khác thường, mà để trở nên không thể thay thế."

HÀ NGUYÊN DU

HÀ NGUYÊN DU
Nhân Cách – Linh Hồn của Nghệ Thuật
(Giữ lửa nhân cách, thắp sáng nghệ thuật)

1. Tôn trọng sự thật và chính nghĩa:
Chân thật:

Người nghệ sĩ phải luôn giữ lòng chân thật trong sáng tác. Tác phẩm là tấm gương phản chiếu tâm hồn và quan điểm của nghệ sĩ. Nếu nghệ sĩ đánh mất lòng chân thành, tác phẩm sẽ thiếu chiều sâu và không có giá trị lâu dài.

Truyền tải chính nghĩa:
Nghệ thuật không chỉ là thể hiện cái đẹp mà còn phải có trách nhiệm lan tỏa những giá trị tốt đẹp và nhân văn. Nghệ sĩ cần có trách nhiệm với xã hội, không để tác phẩm gây hại hoặc lệch lạc.

2. Giữ vững giá trị đạo đức cá nhân:
Sống theo nguyên tắc:

Nghệ sĩ cần phải có một hệ thống giá trị đạo đức vững vàng. Những quyết định trong cuộc sống cá nhân phải luôn hướng tới việc làm điều đúng, không vì lợi ích trước mắt mà thỏa hiệp với sai lầm.

Tôn trọng người khác:

T*rong mối quan hệ xã hội, nghệ sĩ cần biết tôn trọng mọi người xung quanh, từ khán giả, đồng nghiệp đến những người thân cận. Sự kính trọng sẽ tạo ra sự tôn trọng ngược lại từ phía công chúng.*

3. Phát triển trí tuệ và tri thức:
Liên tục học hỏi:

Nâng cao ý thức xã hội:

Nghệ sĩ cần hiểu rõ những vấn đề xã hội đang diễn ra, từ đó sáng tạo ra các tác phẩm có thể phản ánh và đóng góp cho sự phát triển của cộng đồng.

4. Khiêm tốn và bao dung:

Khiêm tốn:

Dù đạt được bao nhiêu thành công, nghệ sĩ cần giữ sự khiêm nhường, bởi sự cao ngạo chỉ làm giảm giá trị nhân cách. Tác phẩm nghệ thuật không phải là công cụ để khẳng định cái tôi cá nhân một cách thái quá.

Bao dung và thấu hiểu:

Nghệ sĩ nên biết cảm thông và thấu hiểu những khó khăn, nỗi đau của người khác. Sự bao dung trong tâm hồn sẽ giúp nghệ sĩ tạo ra những tác phẩm chạm đến trái tim của mọi người.

5. Dũng cảm đối mặt với sự chỉ trích:

Đón nhận ý kiến trái chiều: *Nghệ sĩ cần có dũng khí để chấp nhận sự phê bình, chỉ trích từ công chúng và đồng nghiệp. Những ý kiến này giúp nghệ sĩ hoàn thiện bản thân, phát triển sáng tạo trong tác phẩm.*

Tránh chạy theo xu hướng: *Dù đối mặt với sức ép từ thị trường hoặc ý kiến công chúng, nghệ sĩ vẫn phải giữ vững lập trường nghệ thuật, không chạy theo những xu hướng chỉ để thỏa mãn thị hiếu nhất thời.*

6. Gìn giữ sự cân bằng giữa nghệ thuật và đời sống:

Không để đời tư ảnh hưởng đến tác phẩm: *Một nghệ sĩ có nhân cách tốt biết cách phân biệt rạch ròi giữa đời sống cá nhân và nghệ thuật. Đời sống riêng tư của nghệ sĩ, dù thế nào, cũng không nên ảnh hưởng tiêu cực đến chất lượng và ý nghĩa của tác phẩm.*

Hài hòa với chính mình: Đôi khi người nghệ sĩ có thể bị cuốn vào những mâu thuẫn nội tâm. Sự hài hòa giữa đời sống tinh thần và thực tế là yếu tố quan trọng giúp nghệ sĩ sáng tạo ra những tác phẩm đầy giá trị mà vẫn giữ được nhân cách trong sáng.

Kết luận

Nhân cách của một người nghệ sĩ không chỉ thể hiện trong từng tác phẩm mà còn qua cách sống, cách đối nhân xử thế trong cuộc đời. Để xứng đáng với tác phẩm của mình, nghệ sĩ phải luôn giữ sự chân thật, đạo đức và lòng khiêm tốn, biết phát triển tư duy và sống có trách nhiệm với cộng đồng. Khi đó, nghệ sĩ sẽ tạo ra những giá trị trường tồn, không chỉ cho riêng bản thân mà còn cho cả xã hội.

Tựa chính: Nhân Cách – Linh Hồn của Nghệ Thuật

Tựa phụ: Giữ lửa nhân cách, thắp sáng nghệ thuật

Tham khảo

Về chân thật và chính nghĩa

Aristotle trong Poetics (Nghệ thuật thi ca) đã khẳng định: *nghệ thuật không chỉ mô phỏng thực tại mà còn phải hướng đến chân lý phổ quát, bởi "người làm thơ nói điều gì có thể xảy ra theo quy luật của tất yếu và khả hữu".*

Ở Việt Nam, Nam Cao trong Đôi mắt từng cảnh tỉnh: *văn nghệ không thể tách khỏi sự thật của nhân dân, nếu giả dối thì văn chương chỉ còn là "đồ chơi xa xỉ".*

Về đạo đức cá nhân của nghệ sĩ

Immanuel Kant trong Critique of Judgment nhấn mạnh: *cái đẹp chân chính phải gắn với phẩm giá đạo đức***,** bởi nghệ thuật vị nghệ thuật dễ rơi vào chỗ hư vô nếu thiếu nền tảng luân lý.

Trước 1975, **Thanh Tâm Tuyền từng viết:** "***Nghệ thuật là thái độ sống"*** (Tạp chí Sáng Tạo), *cho thấy nhân cách của nghệ sĩ hòa vào đời sống như* ***một chứng từ.***

Về trí tuệ và tri thức

Rabindranath Tagore (Nobel Văn chương 1913) từng nói: *"Nghệ sĩ là người kết nối các nền văn hóa, mở rộng biên giới tâm hồn con người".*

Trong văn học miền Nam, Bùi Giáng với dịch phẩm Heidegger, Nietzsche… đã minh chứng cho việc người nghệ sĩ luôn cần học hỏi, hấp thụ và sáng tạo từ nhiều nguồn.

Về khiêm tốn và bao dung

Trang Tử dạy: "Đại trí nhược ngu, đại bi nhược khấp" – trí tuệ và lòng bao dung đích thực luôn đi cùng sự khiêm nhường.

Nhà thơ Hàn Mặc Tử, dù trong cảnh bệnh tật, vẫn để lại những vần thơ đầy tình người, chan chứa cảm thông với nỗi đau nhân thế.

Về dũng cảm trước phê bình

John Stuart Mill khẳng định trong On Liberty: sự đa dạng ý kiến, kể cả phê bình gay gắt, là yếu tố nuôi dưỡng tiến bộ. Nghệ sĩ không thể lớn lên trong "nhà kính của sự tâng bốc".

Văn học miền Nam từng có những tranh luận sôi nổi trên Tạp chí Văn hay Bách Khoa, cho thấy môi trường tự do học thuật giúp nghệ sĩ tôi luyện bản lĩnh và nhân cách.

Về sự cân bằng đời sống – nghệ thuật

Carl Jung cho rằng sáng tạo nghệ thuật là sự hòa giải giữa vô thức và ý thức, giữa cá nhân và cộng đồng (The Spirit in Man, Art, and Literature).

Nhiều văn nghệ sĩ Việt như Nguyễn Hiến Lê (trước 1975) luôn nhắc: "Sống cân bằng để viết cân bằng" – một quan niệm nhân cách gắn chặt với sáng tác.

Nhân cách của nghệ sĩ không chỉ thể hiện trong tác phẩm mà còn qua cách sống, cách đối nhân xử thế trong đời. Khi nghệ sĩ giữ được sự chân thật, đạo đức, lòng khiêm nhường, biết phát triển tư duy và sống có trách nhiệm, thì tác phẩm của họ sẽ trở thành giá trị trường tồn – không chỉ cho riêng bản thân mà còn cho cả cộng đồng và nhân loại.

CHÚ THÍCH

Aristotle, Poetics – Bản dịch tiếng Anh: Aristotle on the Art of
Poetry (Harvard University Press, 1927).
Nam Cao, Đôi Mắt, 1948.
Immanuel Kant, Critique of Judgment (1790).
Thanh Tâm Tuyền, bài viết trong Tạp chí Sáng Tạo, Sài Gòn, 1956–1958.
Rabindranath Tagore, Sadhana (1913).
Bùi Giáng, dịch phẩm Heidegger, Nietzsche, Sài Gòn, thập niên 1960.
Trang Tử, Nam Hoa Kinh.
Hàn Mặc Tử, Nhật Ký Trong Tùy Bút và Thơ.
John Stuart Mill, On Liberty (1859).
Các tranh luận văn học đăng trên Tạp chí Văn và Bách Khoa (Sài Gòn, 1960–1975).
Carl Jung, The Spirit in Man, Art, and Literature (1966).
Nguyễn Hiến Lê, Đắc Nhân Tâm (dịch & chú giải, 1960), cùng các tiểu luận về văn hóa.

HÀ NGUYÊN DU

Danh ngôn

Những kẻ biết người – đó là kẻ chín chắn.
Những kẻ biết mình – đó là kẻ sáng suốt.
Những kẻ chiến thắng kẻ khác – đó là kẻ có sức mạnh.
Những kẻ chiến thắng bản thân mình – đó là kẻ kiên cường.

Lão Tử

NGUYỄN ĐẠI DUẪN
Kình Ngư

Thúy Miên lầm lũi những bước chân chậm rãi trên cát, bóng cô liêu xiêu trong gió. Nắng chiều nhạt dần, đàn bò đủng đỉnh về chuồng, tiếng mỏ kêu lốc cốc đang kéo hoàng hôn xuống núi. Thúy Miên đi về phía rừng dương, nơi có những ngôi mộ gió. Hôm nay là giỗ 49 ngày của Trung Hiếu, Thúy Miên ngồi xuống quỳ bên ngôi mộ của người yêu. Những que nhang trên nấm mộ đã tàn đốm lửa. Miên quay ra hướng biển. Những hình ảnh về người yêu cứ hiện lên trong đầu như vừa mới hôm qua.

***

Tiếng kêu của cô gái cất lên loang vào ngọn gió giữa trưa mùa đông: "Có ai không, giúp tui với!". Cô gái buồn bực dắt chiếc xe máy vào bên vệ đường tiếp tục đạp khởi động mong xe nổ máy. Mồ hôi nhễ nhại thấm ướt cả bờ vai, mặt đỏ bừng. Nhìn chiếc xe, cô gái thất vọng: "Thật xui xẻo. Sao nó lại hỏng vào lúc này cơ chứ!".

Thấy một nam thanh niên đang đạp xe từ hướng biển đi về phía cô. Cô gái đưa chiếc mũ bảo hiểm vẫy vẫy rồi gọi to: "Anh gì đó ơi! Nhờ giúp em với". Anh thanh niên đến nơi, không nói không rằng đưa mắt nhìn cô gái rồi đi về phía chiếc xe. Anh đạp mấy cái, tiếng máy bạch bạch phát ra. Sẵn có đồ nghề sửa tàu trên tay anh cúi xuống mở bugi, lấy miếng vải lau sạch muội khói rồi quay phần đầu phát lửa gõ nhẹ vào cán búa. Xong xuôi, anh đạp khởi động máy, tiếng xe nổ giòn giã. Cô gái mừng rỡ, rối rít cảm ơn, bấy giờ người thanh niên mới cất tiếng: "Chiếc bu ri bị bám muội than nên khó nổ. Giờ thì không sao rồi, cô có thể đi". Cô gái sửa lại chiếc khăn choàng cổ, nhìn anh thanh niên một lúc rồi cất tiếng: "Em tên là Thúy Miên, ở xã Diễn Trung. Xin lỗi, vậy anh tên chi?". "Tui tên là Trung Hiếu"- Người nam thanh niên đáp lời - "Vậy cô đi mô giờ ni. Nếu không vội thì ghé vô quán uống với tui cốc nước cho ấm bụng đã. Ai lại đứng giữa trời gió rét thế này mà nói chuyện, trông bất tiện quá".

Trung Hiếu dẫn Thúy Miên đến quán nước nhỏ nằm khuất sau con đường cái. Uống xong ly nước ấm Thúy Miên thấy người dễ chịu. Lúc này Miên mới có "cơ hội" để nhìn Trung Hiếu kỹ hơn. Trung Hiếu có vóc người cao to, vạm vỡ, khuôn mặt vuông chữ điền, trán rộng. Đôi mắt sâu với hàng lông mày dài và đậm, đuôi mày kéo dài với những nét thanh tú. Tuy là dân vùng biển nhưng Trung Hiếu sở hữu nước da trắng mịn như con gái. Trung Hiếu đẹp trai với những nét bình dị, hình mẫu người đàn ông mà lâu nay Thúy Miên thường ao ước. Người cô nóng ran, đang rạo rực một điều gì không rõ. Thúy Miên nhìn Trung Hiếu không rời mắt, cất tiếng: "Dạ em đi bỏ mối dầu tràm anh ạ. Thường ngày là mệ em đi, hôm nay bà ốm nên em đi thay. Dạ! Em hỏi thiệt tình anh đừng cười, đây về làng chài xã Diễn Thành còn ngái không?". "Ơ! Cô ở Diễn Trung mà không biết Diễn Thành sao còn hỏi. Đây là Diễn Thành rồi". "Cảm ơn anh nhé". Nói rồi Thúy Miên cứ ngây người nhìn Trung Hiếu. "Mặt tui có nhọ nồi hay vết dầu mỡ chi, răng mà cô nhìn kỹ rứa?"- Trung Hiếu nhìn Thúy Miên cất tiếng. Thúy Miên như bừng tỉnh, cúi mặt ra dáng thẹn thuồng: "Dạ không có gì, em xin lỗi. Cũng đã trưa rồi, có làm phiền anh đôi chút thời gian, anh bỗ qua nhé". "Không sao đâu. Được làm quen với cô là vui lắm rồi. Nhà tui xóm trước mặt đó. Khi mô có điều kiện Miên ghé chơi".

Hai người chia tay và không quên trao nhau số điện thoại.

***

Sau Tết Nguyên Đán, Trung Hiếu về thăm Thúy Miên. Tìm về nhà Thúy Miên cũng không khó, đó là căn nhà hai tầng với những hàng cây lộc vừng đang bung những dải hoa đỏ rực trước cổng. Cây hồng leo nở rộ trước sân, những bông hoa như cái bát con xòe những cánh hồng mỏng manh, rung rinh trong gió trông thật đẹp. Bên kia đường là hồ sen, những búp sen như tháp bút đang vươn lên khỏi mặt nước. Những chú cá trắm to như bắp tay thỉnh thoảng nổi lên đớp mồi.

Trung Hiếu nắm tay Thúy Miên với sự trìu mến sau bao ngày xa cách nay được gặp lại, hai người cùng vào nhà. Căn nhà ngăn nắp sạch sẽ, bộ bàn ghế đánh vecni láng bóng. Trên chiếc tủ trà là chiếc ti vi đời mới, bên cạnh đặt một lọ hoa hồng đang chúm chím nụ.

Thấy nhà vắng người, Trung Hiếu cất tiếng: "Vậy cha, mệ

em đi mô?". "Cha em đi thu mua sắt vụn, mệ thì đi bỏ mối dầu tràm. Nhà chỉ mình em thôi, thỉnh thoảng mới đi giao hàng thay cho mệ". Trung Hiếu trao gói quà cho Thúy Miên: "Em mở ra đi. Xem có ưng không!". Bây giờ Trung Hiếu mới có dịp được ngắm nhìn Thúy Miên. Thúy Miên có dáng người dong dỏng cao, da mặt trắng hồng lấm tấm vài nốt tàn nhang, nụ cười có duyên. Đôi mắt to tròn tinh nghịch, dáng đi uyển chuyển. Thúy Miên ăn mặc giản dị, bộ quần áo màu mỡ gà bó sát eo làm nổi bật các đường cong một cách hoàn mỹ. Miên không giống các cô gái hiện thời ăn mặc quần Jean, áo thun hở lưng, bó người. Bàn tay búp măng thon dài, Thúy Miên nhẹ nhàng mở quà, miệng reo lên: "Ui đẹp thiệt. Chiếc chuông gió làm bằng ốc biển! Món quà em rất ưng. Cảm ơn anh".

Thúy Miên đưa Trung Hiếu đi thăm rừng tràm hoa vàng của nhà cô. Ngồi sau xe Thúy Miên huyên thuyên kể chuyện quê cho Trung Hiếu nghe: "Anh biết không, cha em ngoài việc đi thu mua sắt vụn ông còn sở hữu một rừng tràm hoa vàng. Quê em ngoài việc trồng trọt, chăn nuôi người dân còn trồng keo lai, tràm hoa vàng. Nhiều nhà có cả vài héc ta, thu hoạch cũng trúng nên cuộc sống nơi đây khấm khá".

Dựng chiếc xe bên gốc cây tràm, Trung Hiếu nắm tay Thúy Miên đi vào rừng trên con đường đất sỏi. Ở đây không khí thoáng đãng, tiếng lá cây xào xạc giữa trời xuân nhè nhẹ. Những cây tràm hoa vàng đang ưỡn mình chờ thu hoạch. Từng hàng cây to như bắp chân, thẳng hàng chạy dài tít tắp như đội duyệt binh đang khoe tấm thân tròn lẵn. Trung Hiếu ngước mắt nhìn lên. Kìa! Hoa tràm đang nở bừng sáng cả một góc trời. Những cánh hoa li ti, dạng đuôi sóc, tràng hoa màu vàng tươi đang khoe sắc. Những hạt phấn mịn màng rơi nhè nhẹ trong làn gió xuân như rây bột. Ôi! Đẹp quá, một rừng hoa".

Hai người ngồi xuống bên mô đất bằng phẳng, đang trải một vạt cỏ non êm ái. Trung Hiếu nhìn Thúy Miên âu yếm và nắm lấy bàn tay mềm mại của cô: "Quê em đẹp lắm. Ước chi anh được bén duyên cùng em trên mảnh đất này". Những câu chuyên tâm tình, những lời yêu thương, nhung nhớ, ánh mắt đưa tình trao nhau say đắm sau bao ngày xa cách, bởi bấy lâu nay họ chỉ thể hiện tình cảm qua điện thoại mà thôi.

Thúy Miên không trả lời Trung Hiếu, bất chợt cô dang tay ôm lấy chàng rồi hôn lên má. Trái tim Trung Hiếu rộn lên, đập loạn nhịp. Lần đầu tiên trong đời, Trung Hiếu được một người con gái đem lòng yêu thương hôn lên má. Anh ôm chặt Thúy Miên, đôi môi tìm nhau, những nụ hôn ngọt ngào dâng hiến. Hai người quấn lấy nhau không rời. Trong tiếng thở hổn hển, Trung Hiếu thì thầm: "Anh yêu em!". "Em cũng yêu anh nhiều lắm!"- Giọng Thúy Miên run run bên tai Trung Hiếu. Đôi mắt bồ câu tinh nghịch của Thúy Miên giờ ươn ướt bởi những giọt nước mắt chan chứa hạnh phúc đầu đời. Trên đường về Thúy Miên lặng lẽ không nói câu nào, cô như thấy xấu hổ với sự bạo dạn của mình, đầu và má áp vào tấm lưng vạm vỡ của Trung Hiếu.

Sau bữa cơm trưa, cha Thúy Miên gọi hai người ra bàn trà, ông cất tiếng: "Hai đứa bay có điều chi muốn nói thì nói đi!". Trung Hiếu nhìn cha, mẹ Thúy Miên miệng lắp bắp nói không ra tiếng: "Dạ…dạ chúng cháu…". Thúy Miên nhìn Trung Hiếu với sự thông cảm rồi nhìn cha mẹ, cô nói với vẽ cương quyết: "Dạ hai đứa con đã thật lòng yêu nhau, xin phép cha, mẹ đồng thuận cho gia đình anh Trung Hiếu sang chơi". Mẹ Miên nhìn con gái rồi cắt lời: "Chúng bây bạn bè thì được chứ yêu đương e không hợp mô"- Nói rồi bà nhìn Trung Hiếu: "Con gái cô là lá ngọc cành vàng, biết bao đứa con nhà giàu có trong vùng dạm hỏi mà cô chưa gật đầu. Mà nhà cô thuộc thành phần Giáo hội Công giáo, theo đạo Thiên Chúa, không hợp mô". Cha Miên nhìn cả nhà một lượt rồi chêm vào: "Bà nói chi mà tui nghe không thủng. Yêu đương là quyền của các con. Hôn nhân là hôn nhân chứ can hệ chi về lương - giáo mô".

Trung Hiếu về rồi, mẹ Thúy Miên kêu cô vào nhà, giọng bà đay nghiến: "Thiếu chi trai làng giàu sang mà mi không chọn lại đi chọn cái thằng con ho-ang. Mi lấy hắn về rồi lấy chi để sống, cạp đất à! Mệ biết cái thằng ni là con nuôi của ông chủ tàu bên Diễn Thành đó". Thúy Miên ấm ức nhìn mẹ rồi nói: "Nhưng con yêu anh ấy. Chúng con đã ... thực lòng yêu nhau". "Không nghe lời mệ thì mi xách áo quần theo hắn được thì đi đi. Đi khỏi nhà cho khuất mắt tau". Nghe những lời mẹ nói, Miên như có dao cửa trong lòng, mặt cô buồn rười rượi.

Lòng Trung Hiếu nặng trĩu với bao nỗi buồn. Không biết giờ này Thúy Miên đang làm gì, có còn yêu thương mình không, hay đã nhụt chí nghe theo lời khuyên của mẹ cô?.

Lâu nay Trung Hiếu không biết cha, mẹ đẻ ra mình là ai. Chỉ nghe người làng chài ở Diễn Thành kể rằng: Vào một ngày tháng Năm âm lịch, ông Sự đi tham dự Lễ hội nghinh Ông. Sau buổi lễ mọi người đã về hết, ông Sự đi ra sau ngôi đền thờ Ông ở làng Hiếu, ông thấy một thằng bé nhỉnh hơn bắp chuối, da đỏ hỏn như miếng thịt lợn bị bỏ rơi. Ông Sự mừng lắm, vội ẵm đứa bé về nuôi.

***

Đã hơn tháng nay Trung Hiếu không điện thoại cho Thúy Miên, cũng không nghe điện thoại từ cô. Trung Hiếu muốn quên đi mối tình này vì thấy sự không đồng tình của mẹ Thúy Miên, và lòng tự ái của một chàng trai "con ho-ang" nghèo khó. Trung Hiếu nghĩ rằng anh không xứng đáng để yêu Thúy Miên. Nếu lấy Thúy Miên làm vợ, với hai bàn tay trắng, anh sẽ làm khổ Thúy Miên mà thôi. Đôi lúc Trung Hiếu cứ phân vân, hay là "liều" nhắm mắt lấy Phương Thảo, mình sẽ có nhà, có tàu. Thảo là con đẻ của ông Sự. Vợ chồng ông Sự hiếm muộn, khi nhặt được Trung Hiếu đem về nuôi khoảng chừng được hai năm, vợ chồng ông Sự mới sinh ra Phương Thảo. Thảo càng lớn càng xinh đẹp, hiền lành. Cái tên Phương Thảo cũng như tính tình của cô vậy. Nhưng hồi nhỏ, sau một trận sốt cao Phương Thảo bị câm không nói được. Ngày đó, ông Sự tìm thầy chạy chữa thuốc thang mà không khỏi. Trung Hiếu và Phương Thảo lớn lên bên nhau gắn bó, thân thương như anh em ruột, ông Sự thấy thế nên cố vun vào cho hai đứa.

Mấy hôm đi biển, thấy Trung Hiếu buồn buồn như có điều gì nghĩ ngợi, ông Sự lên tiếng: "Mi nhớ con Thảo à? Đợt ni thắng vụ cá về, tau gả con Thảo cho, rồi giao tàu cho hai đứa mần ăn. Tau già rồi cũng phải nghỉ ngơi thôi". "Cha nói chi lạ! Con với Phương Thảo là anh em mà". "Bộ bay không biết hay răng. Hai đứa bay là anh em nhưng không cùng máu mủ, ruột rà". "Thôi cha! Bỏ qua chuyện đó đi, ai dè anh em đang sống cùng một nhà lại lấy nhau. Con thấy chi lạ quá!". Ông Sự đâu có biết nỗi lòng của Trung Hiếu lúc này?!...Đang nghĩ đến những điều như ngớ ngẫn, Trung Hiếu giật mình tự nhủ: "Không được! Mình không yêu Phương Thảo, mình không thể lấy Thảo. Nếu lấy Phương Thảo thì tình vợ chồng thành vô nghĩa!". Bao nhiêu câu hỏi, bao nhiêu câu trả lời cứ dày vò tâm can Trung Hiếu!.

Từ ngày không liên lạc được với Trung Hiếu, Thúy Miên thấy buồn bã, tủi thân. Cô nôn nao không ăn, không ngủ người gầy rạc đi. Mẹ Thúy Miên thấy con cứ nôn khan, như hiểu ra, bà càng mắng ra rả suốt ngày.

Chiều buông, Trung Hiếu một mình thong thả cất bước trên bãi cát đến nơi bến neo đậu tàu thuyền. Hoàng hôn khuất dần chân trời, Trung Hiếu ngắm nhìn những con sóng đang va đập vào nhau, vỡ tung tóe những bọt nước trắng xóa, trải dài theo suốt dọc đường biển Diễn Thành. Chúng như có sự pha trộn đa sắc màu từ màu trắng của bờ cát mịn, đến màu xanh của rừng dương. Những cồn cát dọc theo bờ biển được chắn bởi những hàng dương cổ thụ sừng sững, cùng lớp sóng vỗ ngày đêm rì rào. Nhìn từ xa những cồn cát như dáng những con rùa khổng lồ ngả bóng trên bãi cát, đang ánh lên sắc màu lung linh dưới hoàng hôn. Cả không gian biển nước như đang khoác chiếc áo tím mộng mơ. Đắm say trước vẽ đẹp lộng lẫy của vùng biển quê hương nhưng lòng Trung Hiếu đang thổn thức nhớ Thúy Miên. Anh buồn bã đi đi, lại lại trên boong tàu rồi cầm điện thoại gọi cho Thúy Miên. Tiếng điện thoại cứ tích tích, tè tè: "Thuê bao quí khách vừa gọi hiện không liên lạc được". Trung Hiếu quyết định ngày mai đi gặp Thúy Miên để nói cho rõ ngọn ngành.

Trung Hiếu và Thúy Miên ngồi lặng im dưới bóng cây phi lao cổ thụ nơi bãi biển Diễn Trung. Không ai nói lời nào, chỉ nghe tiếng sóng rì rào hòa trong tiếng nấc thốt ra từ Thúy Miên. Trung Hiếu nghiến răng, trái tim anh như vỡ vụn khi từng lời nói nhọc nhằn thoát ra: "Chúng mình chia tay đi. Mệ em nói đúng, chúng mình không hợp nhau đâu. Em còn có bao nhiêu người giàu sang theo đuổi.". "Trung Hiếu! Anh nói chi lạ rứa. Anh không tin tưởng tình yêu của chúng mình sao. Em yêu anh thật lòng. Dù mệ em có ngăn cản thế nào em cũng một lòng một dạ theo anh". Nghe Thúy Miên nói vậy Trung Hiếu cất tiếng: "Nhưng…". Chưa nói dứt lời, Thúy Miên đã ngăn lại: "Nhưng cái gì? Có nhưng là nhưng với đứa con anh trong bụng em nì. Nó đang quẫy đạp em đó!". "Em nói răng? Con anh! Tui sắp có con rồi sao? Trời ơi! Sao tui lại nhẫn tâm nói ra những lời chia tay với em thế này!". Nói rồi Trung Hiếu nhìn cái bụng lùm lùm của Thúy Miên vừa ngạc nhiên, vừa vui mừng: "Cho anh sờ con một tý. Em…!Đã lâu chưa? Sao không nói với anh!". "Anh có thèm nghe điện thoại mô mà nghe em nói". "Cho anh xin lỗi nghe, anh thật vô tâm". "Xin lỗi thằng cu trong bụng em nì, nó bắt em khóc hết nước mắt vì anh đó". "Mà răng biết là thằng cu?". "Mệ em nói rứa. Vì có nghén em cứ thèm đồ chua, thích ăn mặn". "Vậy là mệ em đồng ý cho chúng mình yêu nhau rồi ư? Vậy là anh sắp được làm cha rồi". Hai người ôm chầm lấy nhau, những nụ hôn nồng nàn, ngọt ngào hạnh phúc đang dâng trào. Trung Hiếu thủ thỉ bên tai Thúy Miên: "Chuyến đi biển này về anh sẽ xin ra mắt cha, mệ hai nhà và xin cưới em làm vợ".

***

Một tuần lênh đênh trên biển, thời tiết dạo này thuận lợi cho việc đánh bắt. Mấy ngày tàu trúng mấy mẻ cá lớn dễ chừng được cả tấn. Ông Sự và mấy người trên tàu mừng lắm. Đợt này thế nào cũng lãi to, bù cho những chuyến đi trước không lại công, lại dầu.

Mấy hôm nay Thúy Miên nóng ruột theo dõi đài, báo đưa tin bão trên biển Đông. Chưa hết tháng Bảy mà năm nay bão đã đến sớm. Thúy Miên chăm chú nhìn lên màn hình ti vi, tiếng cô phát thanh viên cất lên làm cho Thúy Miên hồi hộp, lo lắng. Mấy ngày tiếp theo ti vi lại đưa tin về cơn bão: "... Ngày... tháng... Bộ Tư lệnh Bộ đội Biên phòng các địa phương và Chi cục Phòng chống thiên tai khu vực Miền Trung -Tây Nguyên cho biết, đã có 3 tàu cá của ngư dân Nghệ An, Hà Tĩnh, Quảng Bình…bị sóng đánh chìm...".

Mọi người dân làng chài Diễn Thành thấp thỏm trong hồi hộp, lo âu.

Rồi bão cũng tan dần, tàu đánh cá của làng chài Diễn Thành trong đó có tàu của ông Sự cũng lần lượt trở về trong niềm vui mừng của người dân làng chài. Mọi người lũ lượt đi đón người thân trở về. Thúy Miên gục xuống giữa dòng người đang nhốn nháo khi được tin Trung Hiếu đã bị sóng đánh trôi mất tích.

Thúy Miên mơ màng mở mắt tỉnh dậy, cô thấy mình đang nằm trên giường bệnh viện. Người nhà, người thân của Thúy Miên thở phào, vui mừng khi thấy cô đã tỉnh.

Ông Sự kể lại: "Khi nghe tin cơn bão đổ bộ trên biển, mọi người vẫn cố nán lại để kéo nốt mẻ lưới đang trúng bầy cá đi tránh bão. Nhưng cơn bão ập đến quá bất ngờ nên trở tay không kịp. Con tàu bị sóng đánh lắc lư, nghiêng ngã. Tàu bị chết máy, mọi người tìm đủ cách để chống chọi với bão. Từ xa cách gần trăm mét có một chiếc tàu mang biển số NA 923.., bị sóng đánh vỡ, mọi người trên tàu đang chới với, kẻ bám can nhựa, người bám ván tàu…May chiếc tàu của ta là vỏ sắt nên không sao. Lúc này Trung Hiếu bẽ lái cho tàu đi theo hướng gió đến gần chiếc tàu bị sóng đánh vỡ để kịp thời ứng cứu. Bất chấp nguy hiểm Trung Hiếu trao tay lái và cùng hai thủy thủ nhảy xuống dòng nước biển đang ào ạt sóng để cứu người. Những người đang vùng vẫy trên biển cũng dần dần đưa được lên tàu. Khi tàu cứu nạn của Bộ đội Biên phòng đến nơi thì Trung Hiếu đã đuối sức lắm rồi, nó chới với rồi chìm nghỉm trong dòng xoáy của con sóng mênh mông. Mọi người nhìn theo con sóng, mắt nhòe đi".

Kể đến đây nước mắt ông Sự giàn dụa, nhìn Thúy Miên: "Thương lắm cái thằng! Nó như 'kình ngư' dũng mãnh giữa con sóng dữ, không sợ nguy hiểm đã dũng cảm cứu người bị nạn đưa lên tàu. Nó là đứa giỏi giang, chịu thương chịu khó làm ăn. Nó bảo, nó sắp được làm cha rồi. Đợt biển này về xin phép hai gia đình cho nó cưới vợ". Nghe xong chuyện Thúy Miên gục đầu lên vai của mệ, cô òa khóc nức nở.

***

Thỉnh thoảng những chiều biển động, trên bờ biển làng chài Diễn Thành người ta thấy bóng một cô gái đang nhìn vời vợi vào biển cả mênh mông, dõi theo ngọn sóng chờ đợi, chờ đợi một phép mầu nhiệm nào đó! Họ thấy cô gái vốc một nắm cát vất vào sóng biển, thỉnh thoảng đưa tay sờ vào bụng, miệng lẩm bẩm: "Mẹ sẽ đặt tên cho con là Kình Ngư".

Tháng 8 năm 2025

NGUYỄN ĐẠI DUẪN

PHẠM MINH HIÊN
CÂY VÀ ĐỜI

Anh gởi cho em
dáng cây cổ thụ
bám vào sườn ngọn núi đá ong
Nửa chìm
sẽ không có gì nương tựa
Cành buông ra
Với khoảng trống
hư không

Chỉ còn lại
nửa kia
bám víu
chẳng biết nông sâu
mà cây vẫn xanh màu
Thân trụ vững
đứng phơi mình
nắng gió
qua bốn mùa
Xuân- hạ - thu - đông

Cả những ngày
Chớp giật - bão giông
Cây hiên ngang không hề gục xuống

Ôi!
Nhiệm mầu thay!
Mầm sống
sinh tồn…!

@ **PHẠM MINH HIÊN**
(XH, PY, VP, HN.)

TIỂU LỤC THẦN PHONG

GIỌT NƯỚC GIEO

Năm mươi năm
                    một vết trầm
Trải bao thế hệ vẫn thầm đớn đau
Điệu này ắt hẳn về sau
Dễ đâu lên được nước màu thời gian

Năm mươi năm
                    mộng lỡ làng
Sóng trào đắp mộ ngút ngàn biển Đông
Cạn lòng biết có hay không
Người đi một thuở đời chông chênh đời

Năm mươi năm
                    chẳng đặng lời
Đồng bào một bọc con người Việt Nam
Đọa đày bách hại khổ kham
Nửa vui đỉnh điểm nửa cam bọt bèo
Năm mươi năm
                    giọt nước gieo
Quê người bén rễ buông neo lững lờ
Giữa vời tha thiết ngẩn ngơ
Dùng dằng con nước đôi bờ ngược xuôi

Tiểu Lục Thần Phong
Ất Lăng thành, 0525

NGƯỜI SÔNG HẬU

THỦ THIÊM MỘT NGÀY THÁNG MƯỜI

Chiều đi qua Thủ Thiêm
Đường hầm sao thấy dài hun hút
Chợt rất buồn
Không có cái buồn nào buồn hơn
Buồn như giọt rượu chòng chành tràn xuống
Bao trái tim bị tổn thương
Bạn tôi hôm qua trong đêm khuya
Gảy đàn và ca "Hát trên những xác người"
Của Trịnh Công Sơn
Tôi lại thầm thì muốn nói
Bây giờ người ta không hát trên những xác người nữa
Mà hát trên những giọt nước mắt người
Và những giọt máu của cánh đồng nọc nạn thời đổi mới
Của bao người dân mất đất mất nhà
Mất ruộng đồng mồ mã
Những mảnh đời từ đây lưu vong
Thành kẻ mất quê hương
Trên chính đất nước của mình.

Chiều đi qua Thủ Thiêm
Sợ mình nghe nhầm giàn giao hưởng chỉ dành
Cho những kẻ ăn mày lây lắt trên các vĩa hè
Cho những cô gái ăn sương bên cột đèn đỏ

Cho những thằng bé đánh giầy cù bất cù bơ đầu đường xó chợ
Những vở vũ kịch opera
Giống cái chết của con thiên nga được báo trước
Những cư dân mới của Sái Gòn
Khi họ bị tống khỏi mảnh đất miếng vườn
Bị cướp đền bù như cho không
Dàn đồng ca chợt tấu lên bài
"Hát trên những xác người"
Trong cơn hưng phấn ngất trời
Người nghèo không phải không yêu cái đẹp
hơn
Hỡi cô nàng Diva vô cảm*
Mới thấy tầm vóc tư duy văn hóa muôn trùng
Cách biệt
Ôi! những giọt nước mắt Thủ Thiêm
Đong đầy hơn biển cả.

**Ca sĩ Mỹ Linh khi tuyên bố ủng hộ xây nhà hát giao hưởng vì …dân nghèo cũng yêu cái đẹp*

NGƯỜI SÔNG HẬU

NGUYỄN NGUYÊN PHƯỢNG

TÌM EM TÌM SÀI GÒN

Sau 1/7/2025 Tp. HCM sẽ có phường Sài Gòn

Tìm em ta tìm Sài Gòn
Nguyễn Du phố lá me còn rơi nghiêng
Ngập ngừng Cường Để, Bỉnh Khiêm 1
Văn Khoa yểu điệu thu hiền áo bay
Tìm nhau Cà phê Hồng say 2
Trầm tư khúc Trịnh đếm ngày mai qua
Giảng đường cay mắt nhạt nhòa 3
Vang sau rào kẽm câu ca hòa bình
Tìm em gác trọ ân tình
Ngủ trên giấy báo ngóng bình minh lên 4
Những chiều Phú Nhuận buồn tênh
Mưa ôm tượng đá. Tất Nhiên vẩy chào 5
Ngã Tư, Ngã Bảy. Về đâu
Bùi Thi sĩ ngộ Biển dâu. Ta bà 6
Tìm nhau mùa Phượng sầu hoa
Thơ tan tác mộng chia xa biệt mù
Lưu tình chưa trọn dòng thư
Biển đời chìm nổi tháng Tư gọi về
Đức Bà chắp nguyện mấy bề 7
Nỗi đau nhân thế cơn mê lăn tròn…
Tìm em.Tìm đâu Sài Gòn

Nụ tình cứu rỗi dấu mòn trùng khơi
Hai thế kỷ một cuộc đời
Nghe thương sợi bạc rụng khơi mấy lần
Sài Gòn ký ức xa xăm
Trong thiêng liêng tưởng trăm năm Sài Gòn.

Sài Gòn, 17/4/2025
NGUYỄN NGUYÊN PHƯỢNG

(1) Đường đến Đại học Văn Khoa trước 75- nay là Đại Học Khoa học Xã hội Nhân Văn
(2).Quán Cà phê Hồng – Pasteur, quận 3 Sài Gòn chuyên trị nhạc Trịnh Công Sơn trước 75, bài hát "Một ngày như mọi này" –TCS.
(3) Phong trào HSSV ở Sài Gòn – Gia Định trước 75
(4) Thời sinh viên ngủ trên giấy báo căn gác trọ ở Bà Hạt – Quận 10, Sài Gòn (có Lê Tấn Hà – Lê Lạc Giao, Nguyễn Quốc Kỳ…)
(5) Bài hát "Thà như giọt mưa", nhạc sĩ Phạm Duy phổ từ bài thơ "Khúc tình buồn" của Nguyễn Tất Nhiên.
(6) Thi sĩ Bùi Giáng
(7) Nhà thờ Đức Bà –Sài Gòn

NGUYỄN AN BÌNH
TRÀM CHIM NGÀY TRỞ LẠI

Anh về lạiTràm Chim
Đi qua dòng kênh một ngày nước lũ
Rừng tràm đầy nắng gió, cỏ năn và lúa trời
Những mùa hoa vẫn nối tiếp nhau đua sắc thắm
Anh yêu những mùa hoa lung tràm hiu quạnh
Mang đầy sắc màu nhớ thương dung dị
Chèo xuồng qua cánh đồng sen
Nhà em nép bên nẩy từ dạo ấy
Đêm trăng bát ngát cỏ nội hương đồng
Nghe câu hò nhớ bạn
Miền đất phương Nam một thời lưu xứ.

Một ngày anh bước cùng em
Về rừng nghe chim gọi nhau về làm tổ
Nhìn nắng ban mai đổ màu hỗ phách
Hương sen ngọt ngào tươi làn môi thắm đỏ
Hương tràm lung linh đón chiều lộng gió
Anh thấy bồng bềnh trôi những đám mây
Chấp chới từng cánh hạc
Nhịp nhàng vũ hội gọi tình
Đàn sếu phương xa lại lũ lượt bay về
Cánh đồng năn lại mượt mà xanh thì con gái
Tràm Chim của em
Tràm Chim của anh
Bốn mùa hương rừng hoa vẫn nở
Tràm vẫn xanh lá
Có phải mùa xuân đậu lại mãi nơi nẩy?

ĐÊM RỜI TUY HÒA

Dừng một chút nghe lòng mình dợn sóng
Xe qua cầu còn thoảng gió Đồi Thơm
Đèn bên sông lung linh mờ nhân ảnh
Biết mai nầy còn nhớ nắng Tuy An?

Cánh cò trắng trên cánh đồng xanh mướt
Ngậm phù sa lúa ngọt nước sông Ba
Đồi xương rồng phơi mình trên Bãi Xép
Tiễn ta đi nào có kịp trổ hoa.

Thành phố nhỏ đắm mình trong sương sớm
Ta lang thang nghe cái lạnh mưa chiều
Hàng phi lao rì rào cùng sóng biển
Ánh trăng vàng soi ngọn tháp xanh rêu.

Đêm Tuy Hòa ta đi không hẹn trước
Mờ sương đêm chim Nhạn chẳng bay về
Buông thả mình theo nhịp đời hối hả
Người xa người xin giữ chút tình quê.

Đêm Tuy Hòa nghe đất trời trăn trở
Tiệc rượu tàn ta giữ lại nỗi buồn
Bao mùa lũ cùng những tin bão rớt
Hà cớ gì ta lại nhớ lại thương?

NGUYỄN AN BÌNH

TRĂNG TIỀN PHƯƠNG
Năm Nhịp Tim Thi Ca Mỹ

Trong suốt hành trình văn học thế giới, thi ca luôn là nhịp thở tinh khiết nhất của tâm hồn nhân loại. Có những câu thơ, ngắn gọn như một hơi thở, nhưng lại thắp sáng vĩnh cửu. Văn chương Mỹ, từ thế kỷ 19 đến nay, đã trao cho đời những thi sĩ với lời thơ vừa như tuyên ngôn, vừa như mật chú, vừa như tiếng vọng cuối cùng của trái tim. Bài viết này xin chọn năm câu thơ – năm nhịp tim để đời – như một đoản khúc tri âm với thi ca Mỹ và cũng để nhắc nhớ chúng ta: thi ca, tự bao giờ, chính là cách con người đối thoại cùng chính mình và vũ trụ.

Bài tản thơ

Có những câu thơ đi cùng đời sống nhân loại, như hạt lửa còn âm ỉ trong tro tàn, để bất kỳ ai chạm đến cũng bừng sáng. Năm thi sĩ Mỹ, năm linh hồn khác biệt, đã để lại những nhịp tim bất tử của mình.

Walt Whitman (1819–1892)

– Nhà thơ lớn của kỷ nguyên dân chủ Mỹ, tác giả tập **Leaves of Grass** *(Lá Cỏ,* 1855). Ông *cất lên tiếng* hát đại *ngàn, đứng trong vũ trụ mà tự nhận:* **"I am large, I contain multitudes**." Whitman như một cánh đồng bao la, trong đó có mầm non, có lửa trời, có bóng tối và ánh sáng. *Con người không chỉ là một thân xác hữu hạn, mà là một cõi mênh mông* vô *tận.*

Emily Dickinson (1830–1886)

– Nữ thi sĩ ẩn dật, sống cả đời trong căn nhà nhỏ ở Amherst, để ***lại gần 1.800 bài thơ***, đa số được công bố sau khi bà qua đời. Nàng thì thầm: **"Forever is composed of nows."** *(Bài thơ số 624). Vĩnh cửu không nằm ở cõi xa xăm, mà ở từng giọt hiện tại, ở từng* *hạt bụi sáng rơi vào mắt ta.* **Dickinson dạy ta biết sống, biết** yêu, **biết giữ lấy phút giây như thể** đó chính **là thiên thu.**

Robert Frost (1874–1963)

– Nhà thơ được mệnh danh là *"giọng ca của New England"*, ***từng*** đoạt ***giải Pulitzer bốn lần***. Trong bài thơ The Road Not Taken (1916), ông viết:

"I took the one less traveled by,And that has made all the difference."

Một quyết định đơn sơ, mà định mệnh rẽ sang hướng khác. *Thơ Frost như chiếc gương soi vào sự lựa chọn của mỗi kiếp người:* **liệu ta có dám bước đi trên con** đường ít **ai** dám đi?

T. S. Eliot (1888–1965)

– **Một trong những thi sĩ hiện đại chủ lực,** tác giả *The Waste Land (1922) và Four Quartets (1943), từng* đoạt *giải Nobel Văn học* (1948). Ông *khắc câu trong East Coker: "In my beginning is my end."* **Khởi** đầu đã **mang trong mình mầm tàn phai, như hạt mầm ủ trong** đóa **hoa, như bình minh cưu mang bóng tối.** *Eliot cho ta thấy sự vận hành bí mật của thời gian, nơi vĩnh cửu và hư* vô chạm *mặt nhau.*

Sylvia Plath (1932–1963)

– **Nữ thi sĩ tài hoa nhưng** đoản **mệnh**, *biểu tượng của "confessional poetry" (thơ tự thú)*. Trong nhật ký và tập thơ Ariel (xuất bản sau khi bà mất, 1965), **Plath thổn thức: *"I am, I am, I am."*** *Một tiếng vọng của hiện hữu. Trái tim nàng* đập *như trống trận* báo hiệu, nhắc *nhở rằng ta* đang *sống – và trong sự sống ấy* có cả ánh *sáng lẫn vực sâu.*

Kết

Năm câu thơ, năm linh hồn, năm nhịp tim. Từ đó, ta thấy: thi ca không chỉ để ngâm, để nhớ, mà còn để sống. Nó là dòng sông mang ta vượt qua bóng tối, dẫn đến một miền sáng khác – nơi từng "khoảnh khắc bây giờ" đã đủ trở thành vĩnh cửu.

Chú thích tham khảo

Walt Whitman, Leaves of Grass (1855).
Emily Dickinson, Poem 624, trong The Complete Poems of Emily Dickinson, biên tập bởi Thomas H. Johnson (1955).
Robert Frost, The Road Not Taken, trong Mountain Interval (1916).
T. S. Eliot, East Coker, trong Four Quartets (1943).
Sylvia Plath, Ariel (xuất bản 1965), cùng trích từ nhật ký cá nhân.

Những tuyên ngôn vĩnh cửu của thi ca Mỹ"
"Từ Whitman đến Plath: năm nhịp tim vượt thời gian"
"Năm câu thơ — năm linh hồn — năm vũ trụ thi ca"
"Tia chớp của ngôn từ trong bầu trời thi ca Mỹ"
"Âm vang hiện hữu từ trái tim thi sĩ Hoa Kỳ"

TRĂNG TIỀN PHƯƠNG
(Soạn cho ngày sinh nhật: 16 /10 của ba đứa quý em)

Giai thoại

Giai thoại về Charlie Chaplin

(1889 - 1977) Diễn viên, đạo diễn phim hài người Anh, một trong những nghệ sĩ kịch câm và diễn viên hài xuất sắc nhất mọi thời đại.

Người bắt chước

Tại một buổi liên hoan nhân ngày sinh nhật của mình, vua hề Charles Chaplin mua vui các vị khách bằng cách bắt chước những người đàn ông, đàn bà và trẻ con quen biết. Và ông thậm chí còn hát một aria trong vở ca kịch của Ý, hơn nữa ông hát rất hay.

- Tôi không biết ngài lại hát hay như vậy- một vị khách nhận xét.
- Tôi hoàn toàn không biết hát- Chaplin cãi lại- Tôi chỉ bắt chước danh ca Caruso thôi mà.

BẠCH XUÂN PHẺ

HOA LAM

Thân tặng những ai đã và đang mặc áo Lam

Hoa Lam tuyệt đẹp
Em mặc dài Lam,
Cài hoa Sen trắng
Em đi trong nắng

Gió cũng theo về
Cùng mái tóc thề
Nghiêng nghiêng giấc mộng
Anh mơ gió lộng

Hôn mãi nồng nàn
Dáng ai dịu dàng
Màu áo dài Lam
Với hoa sen trắng

Đời thêm chút nắng
Sởi ấm nhân sinh
Em như bình minh
Mang niềm vui đến

Để ta thương mến
Màu lam thân yêu
Đời càng mỹ miều
Với Hoa Sen Trắng

.

BẠCH XUÂN PHẺ

BẠCH XUÂN PHỆ
Cắt Móng Tay Cho Mẹ

Kính dâng Mẹ

Cắt móng tay cho mẹ
đôi tay gầy xanh xao
bao yêu thương thuở nào
đều dành cho con cháu

bao nỗi khổ niềm đau
mẹ truân chuyên lo gánh
nuôi cho con đủ cánh
bay khắp những tầm xa

nay con mẹ một nhà
thương yêu và đùm bọc
ở mẹ con được học
từ bi sao bao la

tình mẹ dãi ngân hà
mênh mông và bất diệt
cắt móng tay cho mẹ
Pháp Hoa kinh ngân xa

Tâm Phật ở trong ta
Kim Cương kinh - tay Mẹ.

BẠCH XUÂN PHỆ

HỒ XOA
Khúc dạo rời trên phố

Sông ơi đừng trôi vội
Để em còn soi bóng trong tôi

Phố ơi đừng vui quá
Để ai lênh đênh trên mắt em cười

Đời vẫn cũ, phố phường rất mới
Một chỗ ngồi mà ở hai quê

Sợ mặt trời sạm đi nỗi nhớ
Lại sợ mây che khuất dấu chân người

Hình như gió có gì rất lạ
Dắt nắng chiều đi tận bên kia

Đàn sáo nhỏ một hôm trời rộng quá
Bổng hoan ca ao ước bữa lạc đường

Ta cứ mơ một nẻo về bé dại
Với mùa thu thay áo mới đến trường

HỒ XOA

NGUYỄN HỒNG LINH

1.
CÁNH NHỚ MÙA THU

Em, hồn nhiên ngây thơ
Anh, ngày ấy dại khờ
Đan áo hoa bến mộng
Dệt khúc tình trong mơ

Mùa thu ru cánh nhớ
Bên hiên vắng đợi chờ
Đóa cúc vàng theo gió
Mùi hương quyện hồn thơ

Người đi phố bơ vơ
Mưa rả rích giăng mờ
Giấc mơ buồn nghẹn thắt
Thương mối tình đơn sơ

Trả cho người tình thơ
Đời cách chia đôi bờ
Xót nỗi niềm ai thấu
Hoàng hôn sầu ngác ngơ.

2.

TIẾNG DƯƠNG CẦM CHIỀU THU SAIGON

Vì sao người nỡ giết chết tình nhau
Một sớm thu về niềm đau giăng kín
Thổn thức cung đàn mùa vàng trái chín
Ký ức hằn sâu in dấu chiều hoang

Thương cuộc tình xa đã vội chóng tàn
Gió cuộn tình phơi ngàn sầu ngơ ngác
Hàng cây thầm lặng ngày rơi xao xác
Bên phố ngày xưa tan tác con tim

Ly cà phê đắng quán trưa im lìm
Ôi giàn tử đằng màu tím phôi pha
Sài Gòn nỗi nhớ, Sài Gòn trong ta
Vẫn còn nguyên vẹn hương xa mùa cũ

Tiếng dương cầm khẽ như một lời ru
Tình bỏ ra đi mùa thu gục chết
Ta còn lại gì khi tình đã hết
Lãng đãng sương mờ vệt nắng nhạt phai.

NGUYỄN HỒNG LINH

LÂM BĂNG PHƯƠNG
SÀI GÒN MÙA THU CÓ CHĂNG?

Sài Gòn thành phố không ngủ
Ngày đêm chẳng đủ nghỉ ngơi
Đường phố người qua rất vội
Nên thu chạm khẽ mà thôi.

Sài Gòn mùa thu đến rồi
Mọi người đi chơi dạo phố
Tròn xoe mắt nhìn lá đổ
Nắng len cửa sổ đùa rèm.

Mùa thu Sài Gòn dịu êm
Ngoài thềm se se mát lạnh
Cô gái áo dài lụa trắng
Qua đường choàng khoác mỏng manh.

Sài Gòn mùa thu đỏng đảnh
Mưa rơi bất chợt khó lường
Tay em cầm dù líu quýu
Ơi, nhìn thương quá là thương.

Mùa thu Sài Gòn tinh sương
Chuông nhà thờ kinh vang vọng
Bồ câu nhặt từng hạt thóc
Vỉa hè lộc cộc bước chân.

Sài Gòn mùa thu có chăng?
Ngập ngừng… trả lời… ngắn gọn
Sài Gòn hai mùa mưa nắng
Nghe tiết trời biết thu sang.

LÂM BĂNG PHƯƠNG

TRẦN HUỲNH
BÌNH VÔI CỦA MẸ

Mẹ tôi - nắng ủ mưa sà
Đã cùng mây trắng đi qua cõi người
Chiều nay em gái về chơi
Trầu cau dâng mẹ lệ rơi lặng lòng

Nhớ ngày mẹ dém trầu không
Véo vài sợi thuốc thơm nồng hương quê.
Chiếc bình vôi vẫn liền kề
Sáng ô tường nhỏ mãi mê tháng ngày.

Mẹ rằng "một miếng trầu cay
Mà mê duyện thiếp mà say lòng chàng"
Hội hè, cưới hỏi rộn ràng
Trầu têm cánh phượng mênh mang tình trầu.

Bình vôi trắng mịn một màu
"Thần thiêng giữ lửa" dài lâu trong nhà
Khách gần cùng khách phương xa
Bình vôi giúp mẹ đỏ hoa môi trầu.
Cau, trầu, vôi bện đời nhau
Tình quê góp nhặt sắc màu duyên quê
Đông ken gió rét thổi về
Môi se se lạnh đê mê trầu mời.

Vui ngày nhà mới xây rồi
Vẫn ô tường nhỏ này tôi giữ gìn
Bình vôi kỷ vật thiêng linh
Trông bình vôi nhớ bóng hình mẹ xưa.
Mẹ ơi! Thương nhớ sao vừa!
Con giờ bóng đã lưa thưa nắng tà
Bình vôi vẫn ấm hồn nhà
Trông chiều...đợi sớm...đường xa mẹ về...

TRẦN HUỲNH

TÔN NỮ MỸ HẠNH

HUẾ CỦA TA ƠI

Ta lại về xứ Huế quê anh
Trong cơn mưa trái mùa
Em thấy điều gì cũng lạ
Thèm ngắm đền đài lăng tẩm
Dáng trầm tư ngàn năm lặng lẽ
Nôn nao nghe câu hò mái nhì mái đẩy
Nương nhẹ mái chèo
Chiều về ngan ngát dòng Hương.

Nhớ mùi rơm rạ quê nhà
Nhớ bát cơm hến tình sâu nghĩa nặng
Mùi lá dong thơm nồng nàn bánh nậm
Hít hà tô bún bò cay đầu lưỡi
Nhớ vườn chè vườn dâu
Nhớ Ngự Bình Vọng Cảnh
Tiếng thông reo đại ngàn muôn đời âm vọng
Chiền chiện rỉa lông tình tự
Trên đồi thông Nam Giao
Có làm neo lòng khách lạ.

Ai về Linh Mụ
Có theo đò xuôi ngược Kim Long
Qua Phu Văn Lâu mùa hoa sứ
Kịp về Đập Đá
Chờ trăng lên – cau Vỹ Dạ mờ sương
Con nước rẽ ngang
Hoang liêu bến cũ
Không còn ai rượt đuổi man mác tình quê.

Mạ đi họp chợ sớm
Con đường thơm thơm hương đất
Hương vị nồng nàn cây-cỏ-gió-sương
Gấu quần mang nặng áo cơm lam lũ
Ta mãi ngây thơ
Trong khu vườn cổ tích của anh
Đâu hay đất trời vần vũ
Đâu hay sông nước đổi màu
Thả ước mơ-trôi về tuổi mười lăm

TÔN NỮ MỸ HẠNH

THIỆN NGUYỄN
Nếu Là Em

Nếu em là ánh trăng, em có quyền mang theo những góc khuất,

vì bóng đêm sẽ luôn ở đó, không chỉ để che chở, mà để thắp sáng vẻ đẹp bí ẩn của riêng em.

Nếu em là chiếc lá, hãy cứ sống trọn vẹn từng khoảnh khắc,

vì anh là gốc rễ, sẽ âm thầm nuôi dưỡng, để em được là chính mình, xanh tươi và tràn đầy sức sống.

Nếu em là bầu trời, hãy cứ tự do sải cánh,
vì anh là cánh chim, không phải để chiếm hữu, mà để mãi mãi đồng hành trên khoảng không của chúng ta.

Anh yêu em, không phải vì em hoàn hảo,
mà vì chính sự thiếu vẹn tròn ấy đã khiến trái tim anh thôi kiên cường và biết cách yêu thương.

THIỆN NGUYỄN
20,9,25.

NHẬT KÝ VĂN HỌC

Dưới đây là những diễn biến văn hóa – nghệ thuật, đặc biệt là thi ca và văn học nổi bật trên thế giới trong tháng 10/2025 — những sự kiện, giải thưởng, phong trào… có thể làm nguồn cảm hứng cho tạp chí Văn Học Mới và bạn đọc. Nếu bạn muốn, tôi có thể tìm theo khu vực (châu Á, Âu – Mỹ) hay theo chủ đề cụ thể hơn.

Những điểm nổi bật trong tháng 10/2025 — Arthur Sze làm U.S. Poet Laureate 2025-2026

* **Arthur Sze** (74 tuổi), t***hi sĩ kiêm dịch giả, đã được bổ nhiệm làm Poet Laureate Consultant in Poetry*** của **Thư viện Quốc hội Hoa Kỳ,** bắt đầu nhiệm kỳ vào ngày 9 tháng 10 năm 2025. People.com

Ông muốn trong nhiệm kỳ của mình nhấn mạnh tới thơ dịch, và sức mạnh của thơ khi chuyển dịch từ các ngôn ngữ khác nhau để làm giàu đời sống hằng ngày. People.com

Việc chọn một người có gốc di dân và có tầm ảnh hưởng quốc tế trong việc dịch thuật thơ cho thấy xu hướng mở rộng ranh giới ngôn ngữ, kết nối toàn cầu. People.com

Riyadh Season 2025-26 (Ả Rập Saudi)

Sự kiện văn hóa – giải trí lớn, kéo dài từ tháng 10/2025 đến đầu 2026, mở rộng hơn về quy mô lẫn chủ đề. The Times of India

Bao gồm lễ hội hài, thể thao, âm nhạc, WWE Royal Rumble sắp tới,… có cả những hoạt động mang tính quốc tế và trải nghiệm đan xen giữa văn hóa đại chúng và nghệ thuật. The Times of India

Đây là một ví dụ rõ về cách những quốc gia dầu mỏ đang dùng văn hóa – nghệ thuật như một phần của chiến lược "mềm" trong phát triển kinh tế, du lịch và quốc tế hóa văn hóa. The

Times of India

"Convergence" tại London Design Festival

Diễn ra trong khuôn khổ London Design Festival 2025, triển lãm "Convergence" của David Collins Foundation thể hiện sự giao thoa giữa thiết kế, thi ca, điện ảnh, sculpture, sự kết hợp của nghệ thuật truyền thống với tính tương tác, đa phương tiện. Wallpaper*

Những chủ đề được đưa lên: ký ức, đối thoại với quá khứ, thân phận, bản sắc, môi trường, sự chuyển hóa… Wallpaper*

Việc kết hợp thơ với các hình thức nghệ thuật khác (film, thiết kế, âm thanh…) là một xu hướng đáng chú ý. Nghệ thuật không chỉ ở dạng sách hay đọc, mà tại triển lãm, không gian, cảm giác thị giác – âm thanh – cảm xúc đều được khai thác.

Zora Awards – tái định danh và tăng giá trị giải thưởng

Diễn ra ngày 17/10/2025 tại Washington D.C., Zora Awards là bản đổi tên, nâng tầm từ "Legacy Awards" của Hurston/Wright Foundation, nhằm vinh danh các tác giả da đen (Black authors). Wikipedia+1

Đặc biệt, giải dành cho tác giả mới (debut fiction) được tăng tiền thưởng đáng kể._People.com

Điều này nói lên xu hướng: không chỉ trao giải vì giá trị nghệ thuật, mà cả hỗ trợ cụ thể – tài chính và danh tiếng – cho những người mới, để giúp họ tiến sâu hơn trong đời sáng tạo.

37th Lambda Literary Awards

Giải thưởng dành cho văn chương LGBTQ+, lễ trao giải năm nay được tổ chức ngày 4 tháng 10/2025. Wikipedia

Việc giải này tiếp tục thu hút chú ý vào văn học của các cộng đồng LGBTQ+ cho thấy nhu cầu và sức mạnh của tiếng nói đa dạng trong văn hóa đương đại.

Các Liên hoan sách / thi ca / sinh hoạt văn học tháng 10

Decatur Book Festival kỷ niệm 20 năm, (3-4/10) tại Georgia, Hoa Kỳ; lực lượng tác giả, độc giả gặp gỡ, trao đổi. DBF

International Edgar Allan Poe Festival & Awards (3-5/10) ở Baltimore, một sự hòa quyện giữa thơ, nghệ thuật, âm nhạc, các hoạt động văn hóa lấy cảm hứng từ Poe. Poe Baltimore

Cascadia Poetry Festival (Seattle, 9-12/10/2025): tập trung vào thơ mang tính "place-based" (liên kết không gian bản địa) trong bối cảnh biến đổi khí hậu và chuyển đổi văn hóa. Cascadia Department of Bioregion

National Black Book Festival (Mỹ, ngày 23-25/10): sự kiện dành cho độc giả và tác giả, đặc biệt trong cộng đồng người da đen. nationalblackbookfestival.com+1

New Yorker Festival (24-26/10/2025)

Đây là phiên bản đặc biệt nhân dịp kỷ niệm 100 năm *The New Yorker*. Chương trình không chỉ văn học mà còn có tranh luận, phỏng vấn, âm nhạc, nghệ thuật… với nhiều tên tuổi lớn trong văn hóa quốc tế. The New Yorker

Việc kết hợp đa dạng hình thức – từ văn chương đến truyền hình, phim tài liệu, biểu diễn – là cách mở rộng của dòng văn hóa "chỗ giao nhau" giữa nghệ thuật, truyền thông và đời sống.

Những xu hướng có thể ghi nhận & học hỏi

Dựa trên các điểm nổi bật trên, đây là những xu hướng mà tôi nghĩ đáng để chúng ta suy ngẫm, có thể áp dụng vào hoạt động văn học – thi ca Việt Nam hải ngoại:

Tiếng nói đa dạng & dịch thuật

Tác giả, thi sĩ dịch tác phẩm của người khác hoặc tác phẩm quốc tế dịch sang tiếng bản địa, như Arthur Sze muốn làm. Việc này giúp đồng hóa, mở rộng tầm nhìn và xây dựng cộng đồng thi ca quốc tế.

Hỗ trợ tài chính và công nhận với tác giả mới

Những giải thưởng như Zora Awards nói lên có một nỗ lực không chỉ để vinh danh mà còn để giúp đỡ người mới bằng tiền thưởng, tài trợ. Đó là động lực lớn.

Giao thoa nghệ thuật đa phương tiện

Sự kết hợp giữa thơ, thiết kế, nghệ thuật thị giác, âm thanh, triển lãm, trải nghiệm tương tác... làm cho thi ca/văn học không còn bị giới hạn trong sách hay sân khấu đọc thơ, mà có thể mở ra nhiều cách tiếp cận mới, hấp dẫn hơn với công chúng.

Liên hoan, sinh hoạt tập thể, gặp gỡ tác giả – độc giả Các lễ hội sách, liên hoan thơ, festival quốc tế, như Decatur, Cascadia, Poe Festival, New Yorker Festival… đều cho thấy tầm quan trọng của gặp gỡ trực tiếp (hoặc hybrid), giao lưu văn nghệ sĩ với công chúng, hội thảo, workshop… Kết nối như vậy vừa truyền cảm, vừa cho học hỏi.

Chủ đề thời sự – môi trường, bản địa hóa, nhân quyền, bản sắc

Nhiều festival thơ đang đặt vấn đề về biến đổi khí hậu, môi trường, bản địa (place-based poetry), quyền của các nhóm thiểu số, LGBTQ+, nữ quyền… Đây là phản ánh văn hóađương đại đang chuyển mạnh vào những đề tài thiết yếu, có tính toàn cầu, vừa địa phương.

Tính quốc tế hóa, nhưng vẫn gắn với địa phương Festival như Cascadia khai thác mạnh cảm giác địa phương (local place, không gian, vùng đất, văn hóa bản địa), trong khi mời cả tác giả quốc tế, làm thơ dịch, giao lưu. Đây là một mô hình đáng học: giữ gốc rễ, văn hóa bản địa, đồng thời mở rộng sang thế giới.

Sự tôn trọng lịch sử, truyền thống trong khi sáng tạo mới Việc kỷ niệm Poe, hay các lễ hội thơ gắn với nhân vật lịch sử văn học, hay kỷ niệm 100 năm New Yorker, biểu hiện sự nhớ nguồn, trân trọng truyền thống – điều rất cần để xác lập chỗ đứng văn học – bên cạnh việc đổi mới. trong **tháng 10/2025** — có một số sự kiện được ghi nhận, nhưng chủ yếu là chương trình chung, hoặc chưa có chi tiết cụ thể về địa điểm, tác giả, nội dung. Dưới đây mình tóm lược những gì tìm được, cùng với các gợi ý cho sinh hoạt văn học-thi ca hải ngoại nên học hỏi.

Những sự kiện đáng chú ý liên quan đến Việt Nam / người Việt hải ngoại

DVAN x Litquake Festival (San Francisco, CA, Hoa Kỳ)

Sự kiện The Future of Diasporic Vietnamese Writing vào ngày 18/10/2025, tại San Francisco Main Library. Hội thảo/đọc thơ/truyện kể/tác phẩm văn học hải ngoại, những tiếng nói viết trong diaspora được đặt lên bàn thảo luận. DVAN

Đây là cơ hội để các nhà văn/thơ hải ngoại gặp gỡ, chia sẻ về bản sắc, ký ức, định danh, tương lai sáng tác khi sống giữa hai (nhiều) nền văn hóa. DVAN

Ngày Văn học Châu Âu – chủ đề "Diaspora / Những người xa xứ"

Được British Council Vietnam thông báo. Nội dung/ chủ đề rất liên quan đến những người xa quê, di cư, những trải nghiệm chung của diaspora. Facebook

Mặc dù đây là chương trình tại Việt Nam, nhưng chủ đề mở ra nhiều liên hệ với văn học hải ngoại, vì diaspora là một thực trạng lớn trong cộng đồng người Việt ở nước ngoài. Facebook

Các chuỗi chuyên đề / đăng lại / khảo cứu về văn học hải ngoại

"50 Năm Văn Học Việt Nam Hải Ngoại (1975-2025)" là chuyên đề do trang *Da Màu* thực hiện, đăng lại các tiểu luận cũ, khảo cứu về văn học hải ngoại qua nhiều thập niên. Đây là công trình nhìn lại, tổng kết, ghi nhận lịch sử, những thành tựu, cả những vấn đề còn tồn đọng. Da Màu

Việc này rất quý vì giúp thế hệ hiện tại hiểu truyền thống, biết mình đang đứng trên vai ai, những gì đã được làm, và những lỗ hổng/chưa làm được. ***Da MàuNhững sự kiện đáng chú ý liên quan đến Việt Nam / người Việt hải ngoại***

DVAN x Litquake Festival (San Francisco, CA, Hoa Kỳ) Sự kiện The Future of Diasporic Vietnamese Writing vào ngày 18/10/2025, tại San Francisco Main Library. Hội thảo/ đọc thơ/truyện kể/tác phẩm văn học hải ngoại, những tiếng nói viết trong diaspora được đặt lên bàn thảo luận. DVAN Những sự kiện đáng chú ý liên quan đến Việt Nam /

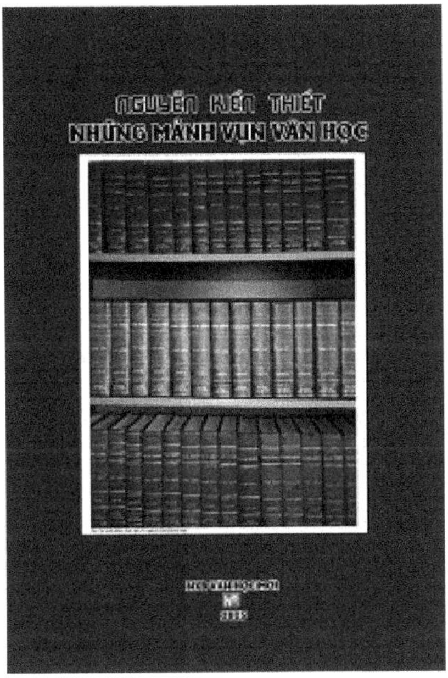

TRÂN TRỌNG GIỚI THIỆU

NHỮNG MẢNH VỤN VĂN HỌC

@

NGUYỄN KIẾN THIẾT

NXB / VĂN HỌC MỚI

THÁNG 9/2025

Sách dày 350 trang

Sửa bản in: Nguyễn Kiến Thiết

Trình bày bìa & nội dung: Hà Nguyên Du

@

Xin liên lạc: Nguyễn Kiến Thiết

Điện thoại: (514) 331-0398

Điện thư: nkttl@outlook.com

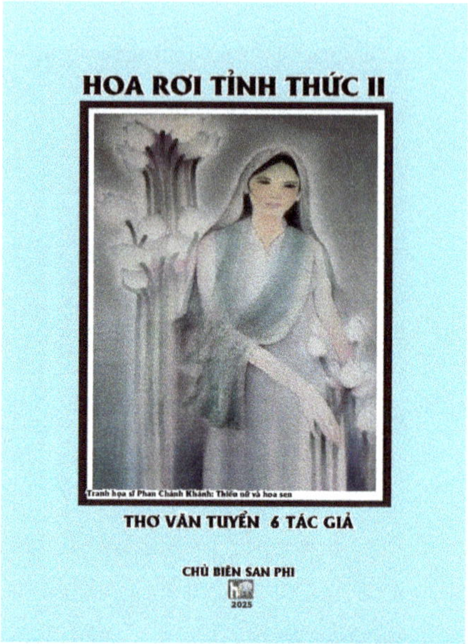
HOA RƠI TỈNH THỨC II
Tranh họa sĩ Phan Chánh Khánh: Thiếu nữ và hoa sen
THƠ VĂN TUYỂN 6 TÁC GIẢ
CHỦ BIÊN SAN PHI
2025

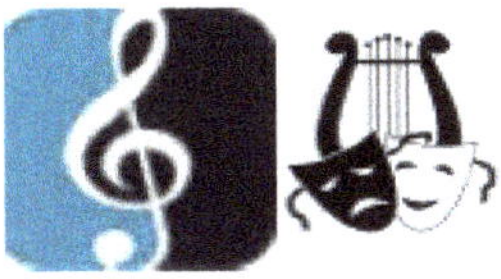

NGÃ PHƯƠNG HUYỀN
MỖI KỲ VỚI CA KHÚC MỚI SÁNG TÁC
Thư Tòa soạn

Quí thân hữu và độc giả thân mến...

Đã bao lần có sự đề nghị về việc mở ra một tiết mục quan trọng có liên quan đến lãnh vực văn hóa, nghệ thuật nói chung … đó là: "*Mỗi Kỳ Với Ca Khúc Mới Sáng Tác*" … Nhưng BBT/VHM nhận thấy rằng việc đó mang tính "nhạy cảm", là dễ gây ra những ngộ nhận, không khéo sẽ đưa đến những "mất lòng" nhau một cách khó biện giải trong nội hay ngoại giới!!. Vì thế, chúng tôi đã khép lại những đề nghị như đã nêu trên…

Nhưng lại một lần nữa được mở ra với những đề nghị cũ… do từ một cơ duyên rất "may mắn" là từ những dây mơ rễ má của tình thâm thân hữu, dẫn đến một niềm vui và hạnh phúc khôn tả, đó là được: Nhạc sĩ Từ Công Phụng phổ bài thơ: "Người Muôn Thuở" của tôi thành nhạc, với tên mới "*Gửi Người Muôn Thuở*" (Bài thơ này của tôi nằm ở trang 156-157 trong tập thơ "*Anh Biết, Em Yêu Dấu*" được Nhà sách Tự Lực xuất bản & phát hành năm 2001…

Từ những yếu tố "*kích hoạt*" như kể trên, chúng tôi quyết định thực hiện ngay "*Mỗi Kỳ Với Ca Khúc Mới Sáng Tác*" " bao gồm đăng một, hai sheet nhạc và những bài viết về âm nhạc mang tính nghiên cứu, thảo luận, kể cả những tản mạn đóng góp vào loại hình nghệ thuật dùng âm thanh để diễn đạt, mang nặng tính quần chúng đám đông hơn cả này !! Tiểu mục do **Ngã Phương Huyền phụ trách** ...

Thưa quí thân hữu ...

Thật lòng mà nói rằng, mọi thứ trên đời đều không vượt thuyết tương đối … Việc tương tác thuần tính công tâm, bình đẳng cũng chỉ vững vàng được trong chủ quan đầy niềm tự tin, mới mong mạnh bước với những diễn tiến tốt đẹp, mang niềm vui và hạnh phúc đến với mọi người…

Trân trọng.

*** Kỳ thứ XVII**

1/ Em Yêu Mái Chùa - Nhạc & Lời Nguyên Minh

2/ Em Có Về Như Những Cơn Mưa_Thơ Hà Nguyên Du_Nhạc Trần Duy Đức (bản edited)

Em yêu mái chùa của em

Tặng các em Oanh Vũ
Chùa Đức Sơn

Nguyên Minh

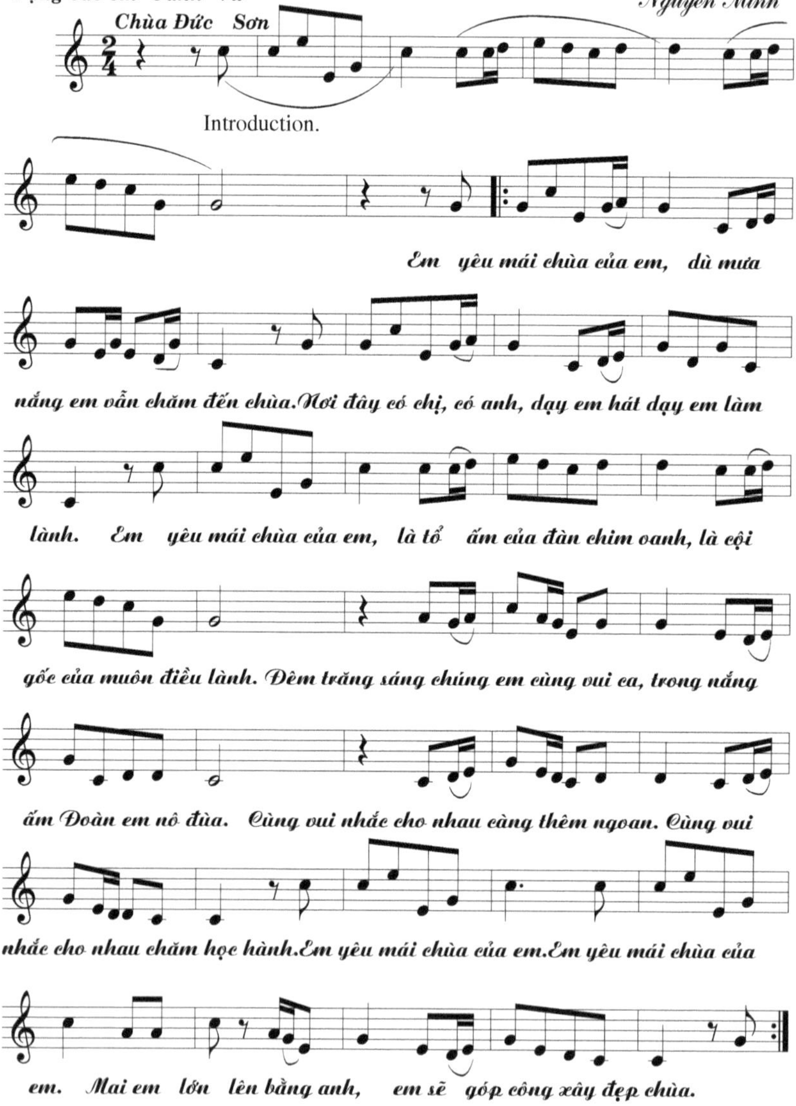

Em Có Về Như Những Cơn Mưa

Giọng Nữ

Slowly with expression.

Thơ Hà Nguyên Du
Trần Duy Đức soạn thành ca khúc

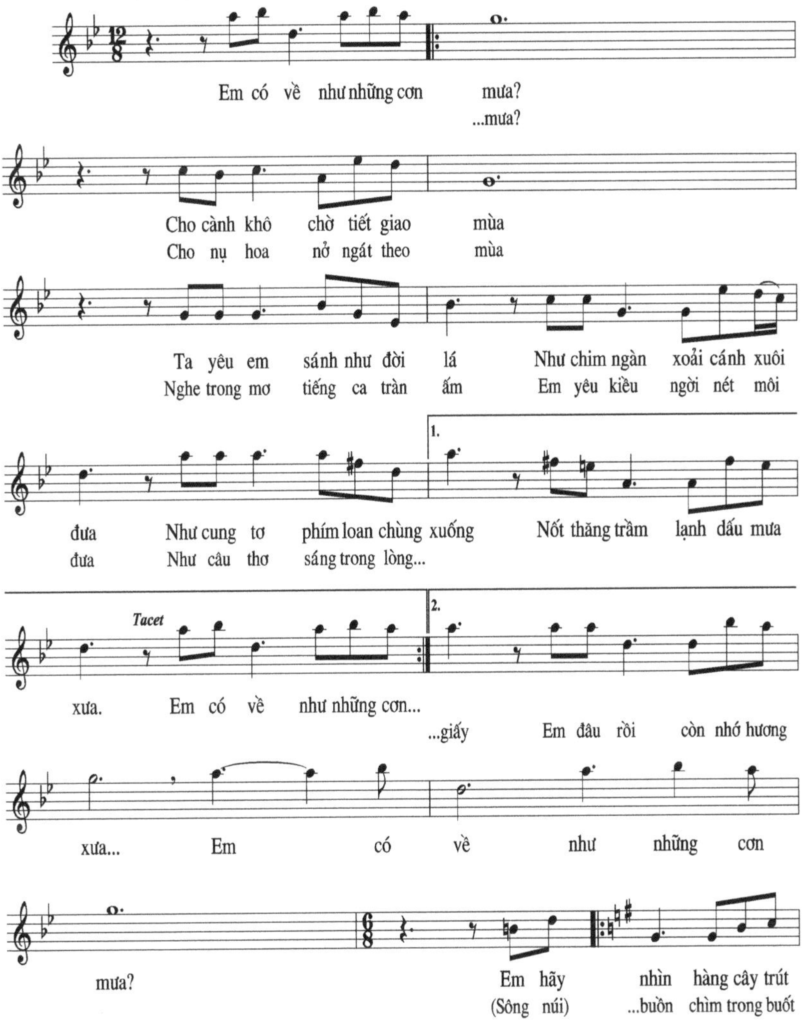

Em Có Về Như Những Cơn Mưa trang 2

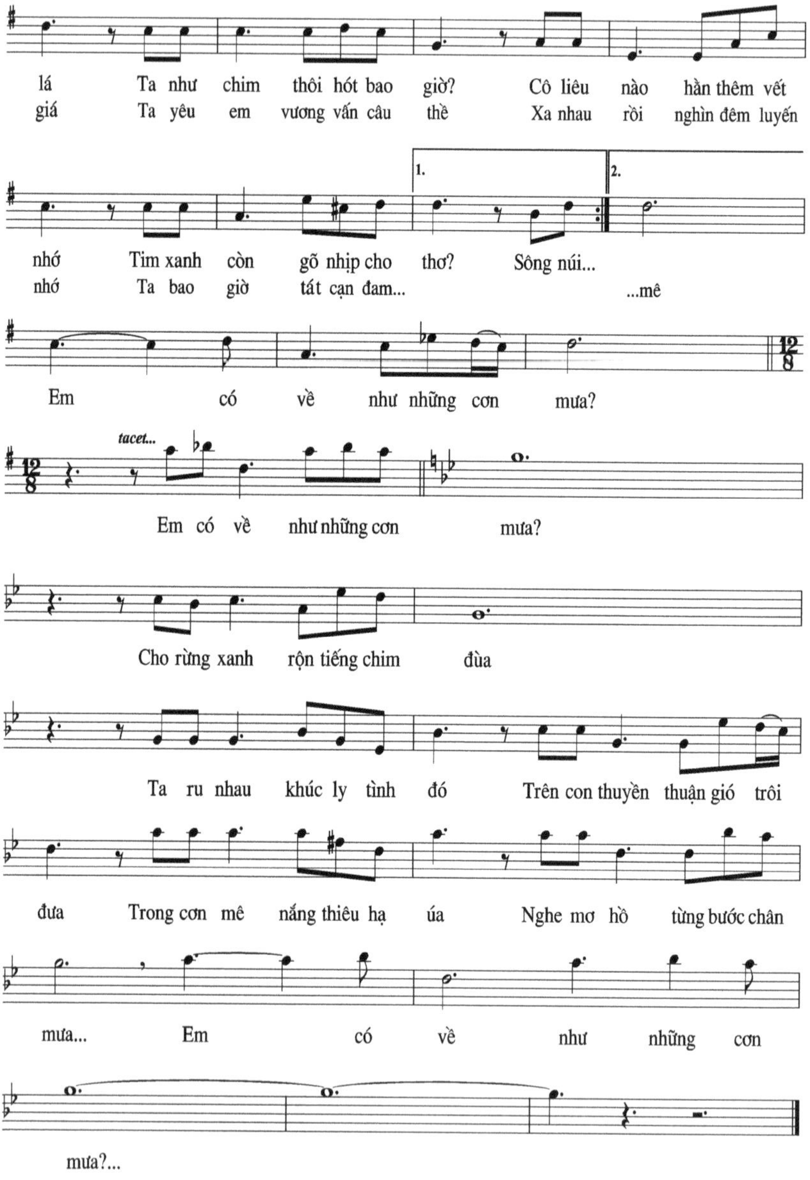

Santa Ana, California 07/1997.

TRẢ LỜI THƯ TÍN

1/ Tòa soạn Văn Học Mới, xin chân thành cảm ơn quí thân hữu là Nhà thơ, Nhà văn, Nhà Phê Bình, Biên khảo đã hết lòng ủng hộ..

Rất cảm ơn quí vị đã vì yêu mến VHNT nên không chút lo ngại khi nhiệt tình mua báo dài hạn.

Một niềm hạnh phúc nồng nàn đầy chất khích lệ là gia hạn sự ủng hộ cũng như tiếp tục đóng góp bài vở thường xuyên ... của quí tác giả, quí mạnh thường quân...

Tòa soạn VHM cũng không quên cảm ơn quí vị mua tạp chí của chúng tôi trên Amazon, kể cả mua trong những nhà sách ...

1/Con đường "Lập Đức" của tạp chí VHM vẫn luôn là việc ưu tiên hàng đầu. Vì thế "tiếng thơm đồn xa". Vẫn có lai rai thành viên mới cộng tác, cũng do từ anh em thành viên cũ có quá trình "làm ăn khấm khá với VHM nên giới thiệu cho bạn bè của họ!! Từ đó trong VHM số 20 kỳ đã bắt đầu gia tăng tác giả mua báo dài hạn

2/ VHM một mực thể hiện tình yêu thương quí trọng đến những tác giả đã một đời sống chết với Văn Học Việt Nam, đã để lại nhiều tác phẩm đóng góp.!! (Không phải riêng vì đã cộng tác với VHM mà chúng tôi mới làm số đặc biệt tưởng niệm ...) Mà là thể hiện sống theo đạo lý của dân tộc Việt mình là "Ăn trái nhớ kẻ trồng cây hay uống nước nhớ nguồn..

Có thể kể từ khi VHM ra đời, đã làm số đặc biệt tưởng niếm đến: (Số 2) tưởng niệm nhà thơ/ nhà biên khảo văn học Trần Văn Nam. (Số 6) tri ân nhà thơ/nhà văn/nhạc sĩ Nguyễn Đình Toàn. (Số 8) là số đặcbiệt coi như vinh danh Giai Phẩm Chủ Đề do nhà văn Nguyễn Trung Hối điều hành. (Số 10) tưởng niệm hai nhạc sĩ Nguyễn Hiền và Trầm Tử Thiêng. (Số 13) tưởng niệm Thi sĩ Giáo sư Trần Hồng Châu. Số 16) tưởng niệm nhà thơ Kim Tuấn... Và đến số 20, tưởng niệm nhà thơ/nhà văn Hoài Ziang Duy, một tác giả cộng tác đắc lực với tạp chí Văn Học Mới...Đến số 21 là số không chủ đề gì ...

3/ Trong trang Trả Lời Thư Tín thường kỳ, bổn báo xin giữ nguyên 2 phần trả lời 1& 2. Mục đích để có sự liên tục khi nói đến gồm có bao nhiêu số mà VHM đặc biệt tưởng niệm đến những VNS mà chúng tôi đã làm trong mấy năm qua. Chúng tôi sẽ thông báo trước ít nhất 2 số, về dự trù cho những số tiếp theo sẽ là số tưởng niệm và bài viết chuyên đề về Ký giả / Nhà văn / Thi sĩ Hoài Trinh (trong thời kháng chiến chống Pháp, có in trong cuốn "Thi Nhân Việt Nam Hiện Đại Quyển 1 - Do Phạm Thanh biên soạn - NXB Sống Mới 1959). Nhưng sau khi thảo luận với các nhà biên khảo thì bị trở ngại, bởi 1 lý do thiết yếu và duy nhất là Thi sĩ Hoài Trinh, dù nổi tiếng trong những thập niên trước của thời ông sinh hoạt, nhưng chí có nhiều bản thảo về truyện và thơ mà chưa bung ra đời bằng sách xuất bản. Từ đó kêu gọi người viết thì thiếu hẳn tài liệu. Chính vì thế chúng tôi sẽ tiếp tục tưởng niệm hay vinh danh những tên tuổi dưới đây:

Số 28 Vinh danh Nhà Văn Nguyễn Văn Sâm
Số 31 Tưởng niệm Nhà văn Nguyễn Xuân Hoàng
Số 32 Tưởng niệm Nhạc sĩ Đỗ Lễ
Số 33 Vinh Danh Nhà Thơ Hoàng Xuân Sơn
Số 34 Bắt đầu phát hành vào tháng 11.2024 - mỗi tháng ra 1 số báo ...

4/ VHM số 24 tưởng niệm Nhà văn Nguyễn Trung Hối

5/ Trong 2 tháng vừa qua, VHM làm hai số dồn một, tức là số "22 &23" thuộc số tháng 2 năm 2023 Xuân Quí Mão. Chính bổn báo cũng không ngờ rằng với chỉ mục đích là "Kỷ Niệm 5 Năm Phát Hành Văn Học Mới" thôi!! (Theo dự trù là nhằm giới thiệu sự nghiệp sáng tác của mỗi tác giả) nên dành nhiều trang để họ có dịp tỏ bày... Ngờ đâu rằng "phóng lao thì phóng theo lao" ... Số trang tăng vọt lên chưa từng có trong lịch sử của mọi thời, mọi tờ báo Văn Học. (tăng gần 8 trăm trang). Khiên tờ báo nặng ký như cuốn tự điển.... Phát hành xong, mỗi tác giả đều có trong tay, hẳn nhiên sự trố mắt nhìn và tóm tắt khen ngợi không tiếc lời!!

6/ Trong Văn Học Mối số 22 & 23 Xuân Quí Mão vừa qua, có số lượng tác giả gia hạn mua báo dài hạn cũng tăng đều đặn.... Bổn báo chân thành cảm ơn quí tác giả tích cực cộng tác với VHM và nhiệt tình ủng hộ báo dài hạn. Một hành động nhân quả tốt đẹp là một niềm khích lệ vô cùng lớn lao cho tờ báo thêm mạnh bước chân cứng đá mềm!!

7/ VHM số 27 & 28 đã công bố trước ngày bắt đầu của "Giải Thơ Văn Học Mới 2024" . Thật sự ngày tháng bắt đâu nhận bài là giữa tháng hai và kết thúc đến giữa tháng 5 > Tháng 6 mới công bố kết quả giải, nhưng từ khi bắt đầu công bố sớm trên VHM số 27, đã có hàng loạt người ở khắp nơi đã gửi bài dự thi trước rồi, Đó là một biểu hiện tích cực đầy lạc quan cho Giải Thơ mang tính đột phá và thăng hoa cho "dòng chảy VHNT" ở Hải Ngoại của chúng ta....Mãi cho đến VHM số 29 Xuân Giáp Thìn cận kề đến, số lượng người tham dự càng tiếp tục gia tăng hơn. Chúng tôi đang chuẩn bị đánh "số mật mã cho mỗi tác giả" để giữ công bằng và gửi đến mỗi giám khảo trong hội đồng chấm giải...

8/ Xin quý tác giả **LƯU Ý** , khi gởi bài cho Văn Học Mới - **Bộ mới phát hành mỗi tháng ra một số (1 Tháng / ra 1 số - "Nguyệt San Báo) :**
- Về thơ: Không quá 3 trang...
- Về Truyên ngắn: Không quá 12 trang, nếu hơn ... có thể đăng làm 2 kỳ)

BÀI VỞ GỞI VỀ VĂN HỌC MỚI:

Gởi sáng tác, xin kèm theo địa chỉ, tên thật (có thể), số phone và Email. Gởi đến Văn Học Mới xin vui lòng đừng gởi báo khác. ***Nay Văn Học Mới phát hành theo định kỳ mỗi tháng ra 1 số. Như vậy trong vòng 1 tháng sau đó mà không thấy đăng, thì quí vị có quyền đăng báo khác. Điều quan trọng Văn Học Mới muốn nhắn nhủ đến quí tác giả là: Chúng tôi không đăng bài đã: 1/Đăng trên Facebook. 2/ Hoặc bất cứ đâu. 3/ Không nhận bài vở viết tay...***

Văn Học Mới xin quí vị lưu ý: là tạp chí **không có qui định trả tiền nhuận bút cho bất cứ tác giả nào cộng tác.** *(Vì vậy, mỗi tác giả trong nước khi gởi bài đăng , dưới tác phẩm thơ / văn, ngoài bút danh với tên thật hay điện thoại là tốt... Nhưng xin đừng ghi như bên VN là CMND và tài khoản ..v..v..*

Bài vở đánh máy trên một mặt giấy. Xin dùng Microsoft Word với công cụ đánh chữ **Uni Code hay Unikey** là tốt nhất. Nên dùng Font chữ thông dụng nhất là **Time New Roman.** *Bài vở không đăng chúng tôi không gởi trả lại. Theo nguyên tắc chờ một số mà không thấy đăng, số kế tiếp nếu có đăng thì chúng tôi sẽ thông báo, để quí vị không đăng báo khác...*

TẠP CHÍ VĂN HỌC MỚI
PHÁT HÀNH 12 SỐ /NĂM
BẮT ĐẦU SỐ 34 / PHÁT HÀNH VÀO THÁNG 11/2024

NHẬN BÀI TỪ NGÀY 1 ĐẾN NGÀY 15
NẾU AI GỬI TRỄ - SẼ DỜI LẠI SỐ SAU

Gửi bài vở cho tạp chí Văn Học Mới theo 3 hộp thư:
vanhocmoi4@gmail.com
tapchivanhocmoi.tho@gmail.com
ntlthu1016@gmail.com

Ngân phiếu/ chí phiếu mua báo dài hạn, xin đề:
HA NGUYEN
10291 Arundel, Ave
Westminster, CA 92683 - USA

Một cách rất tiện lợi và nhanh nhất là gởi trả qua công cụ có sẵn trong mỗi. ngân hàng là ; Zelle. (khi tác giả nào cần trả qua Zelle hãy email trước cho biết , sẽ cho số phone , kèm theo tên Ha Nguyen nữa là xong.

GIÁ BIỂU BÁO DÀI HẠN 12 SỐ / NĂM

HOA KỲ / MỘT NĂM / $ 240.00 . HAI NĂM $ 460.00

MUA______/ NĂM

CANADA / AUSTRALIA / PHÁP / ĐỨC
MỘT NĂM $ 280.00 . HAI NĂM / $540.00

MUA______/ NĂM

GIÁ BÁN TẠI CÁC NHÀ SÁCH US $20.00

GIÁ BIỂU BÁO DÀI HẠN 12 SỐ / NĂM

HOA KỲ / MỘT NĂM / $ 240.00 . HAI NĂM $ 460.00

MUA______/ NĂM

CANADA / AUSTRALIA / PHÁP / ĐỨC
MỘT NĂM $ 280.00 . HAI NĂM / $540.00

MUA______/ NĂM

GIÁ BÁN TẠI CÁC NHÀ SÁCH US $20.00

GIÁ BIỂU BÁO DÀI HẠN 12 SỐ / NĂM

HOA KỲ / MỘT NĂM / $ 240.00 . HAI NĂM $ 460.00

MUA______/ NĂM

CANADA / AUSTRALIA / PHÁP / ĐỨC
MỘT NĂM $ 280.00 . HAI NĂM / $540.00

MUA______/ NĂM

GIÁ BÁN TẠI CÁC NHÀ SÁCH US $20.00

Chúng tôi NHẬN in ấn tác phẩm thuộc VHNT

NHÀ XUẤT BẢN VĂN HỌC MỚI

Phát hành toàn cầu qua hệ thống Amazon.
Sẽ giao đến tận nhà quí vị. Trên
tinh thần ủng hộ quí Văn Nghệ Sĩ
và thân hữu trong giới sáng tác
Liên lạc Hà Nguyên Du

vanhocmoi4@gmail.com
tapchivanhocmoi.tho@gmail.com
ntlthu1016@gmail.com

Tranh bìa Họa sĩ Kimchi Hoàng: Lotus # 2

Trình bày Bìa & Nội dung: HÀ NGUYÊN DU

*

www.ingramcontent.com/pod-product-compliance
Ingram Content Group UK Ltd.
Pitfield, Milton Keynes, MK11 3LW, UK
UKHW021606110926
15112UKWH00017B/96

9 798349 588464